വിജ്ഞാനവർഷം

പുസ്തകം 124

കേരളീയ വാദ്യങ്ങൾ

keraleeya vadyangal

•

sasidharan klari

•

first edition
june 2016

•

second edition
december 2018

•

published
chintha publishers, thiruvananthapuram

•

typesetting
star communications, thiruvananthapuram

•

printed
repro india ltd, mumbai

•

cover
ambeesh

വിതരണം

ദേശാഭിമാനി ബുക്ക് ഹൗസ്

H O തിരുവനന്തപുരം-695 035
phone: 0471-2303026, 6063026
www.chinthapublishers.com
chinthapublishers@gmail.com

ബ്രാഞ്ചുകൾ

ഹെഡ്ഡാഫീസ് ബ്രാഞ്ച് കുന്നുകുഴി • സ്റ്റാച്യു തിരുവനന്തപുരം • കെ എസ് ആർ ടി സി ബസ് സ്റ്റേഷൻ ആലപ്പുഴ • കെ എസ് ആർ ടി സി ബസ് സ്റ്റേഷൻ എറണാകുളം • മച്ചിങ്ങൽ ലെയിൻ തൃശൂർ • ഐ ജി റോഡ് കോഴിക്കോട് • മാവൂർ റോഡ് കോഴിക്കോട് • എൻ ജി ഒ യൂണിയൻ ബിൽഡിങ് കണ്ണൂർ • സെൻട്രൽ ബസ് ടെർമിനൽ കോംപ്ലക്സ് താവക്കര കണ്ണൂർ

CR - VV. 124 / 1998 / 4862
ISBN - 978-93-86112-36-1

കേരളീയ വാദ്യങ്ങൾ

ഡോ. ശശിധരൻ ക്ലാരി

ചിന്ത പബ്ലിഷേഴ്സ്
തിരുവനന്തപുരം-695 035
വില : ₹ 120

ഡോ. ശശിധരൻ ക്ലാരി

മലപ്പുറം ജില്ലയിലെ ക്ലാരിയിൽ 1958 ൽ ജനിച്ചു. അച്ഛൻ: കെ നാരായണൻ നമ്പീശൻ, അമ്മ: അമ്മിണി നമ്പീശൻ. ഗണിതശാസ്ത്രത്തിൽ ബിരുദം. മലയാള സാഹിത്യത്തിൽ ബിരുദാനന്തര ബിരുദം. 'കഥകളിയിൽ ഇതരകലകളുടെ സ്വാധീനം' എന്ന വിഷയത്തിൽ കോഴിക്കോട് സർവ്വകലാ ശാലയിൽനിന്നും ഡോക്ടറേറ്റ്. കലാനിരൂപകൻ, ഗവേഷ കൻ എന്നീ നിലകളിൽ ശ്രദ്ധേയനാണ്. ഗുരുവായൂർ ദേവ സ്വത്തിന്റെ കൃഷ്ണഗീതി പ്രബന്ധസമ്മാനം (1998, 2004) അമ്പലപ്പുഴ കുഞ്ചൻ സ്മാരകത്തിന്റെ പ്രബന്ധ പുര സ്കാരം (2001, 2008), അദ്ധ്യാപക കലാ സാഹിത്യസമിതി യുടെ കവിതയ്ക്കുള്ള സംസ്ഥാന അവാർഡ് (2001) കേരള സാഹിത്യ അക്കാദമി തുഞ്ചൻ സ്മാരക പ്രബന്ധ സമ്മാനം (2001) കേരള ഫോക്‌ലോർ അക്കാദമി ഗ്രന്ഥരചനാ അവാർഡ് (2010) കേരള സംസ്ഥാന പൊതു വിദ്യാഭ്യാസ വകുപ്പിന്റെ പ്രൊഫ. ജോസഫ് മുണ്ടശ്ശേരി അവാർഡ് (2011) എന്നിവ നേടിയിട്ടുണ്ട്.

കൃതികൾ: ഏകലവ്യം (കവിതാ സമാഹാരം), നാടോടി പാര മ്പര്യം തുഞ്ചന്റെയും കുഞ്ചന്റെയും കൃതികളിൽ (പഠനം), കേരളീയ കലാ മാനസം (പഠനം), വെട്ടത്തുനാട്ടിലെ തോറ്റം പാട്ടുകൾ (പഠനം), കേരളീയ കലകൾ (ക്ലാസിക് കലകളെ ക്കുറിച്ചുള്ള പഠനം), കേരളത്തിലെ നാടൻപാട്ടുകൾ ഒരു സമഗ്ര പഠനം, കേരളീയ കലാ നിഘണ്ടു കേരളത്തിലെ നാടൻ കലകൾ, കഥകളിയിലെ ഉൾച്ചേരലുകൾ (പഠനം)

ഭാര്യ : കെ എസ് ശ്രീകുമാരി
മക്കൾ : അഞ്ജു പാർവ്വതി, അപർണ്ണശ്രീ
വിലാസം : ശിശിരം, ക്ലാരി പി ഒ
മലപ്പുറം ജില്ല 676501
ഫോൺ : 0494-2496530, 9400704530

ഉള്ളടക്കം

പ്രസാധകക്കുറിപ്പ്

കലാനിരൂപകൻ, ഗ്രന്ഥകാരൻ, ഗവേഷകൻ എന്നീ നിലകളിൽ ശ്രദ്ധേയനായ ഡോ. ശശിധരൻ ക്ലാരിയാണ് *കേരളീയവാദ്യങ്ങൾ* എന്ന ഗ്രന്ഥത്തിന്റെ രചന നിർവ്വഹിച്ചിട്ടുള്ളത്. പഴയ രീതിയിലുള്ള ഗാനമേളകൾ പ്രകടനപരമായ ഘടകങ്ങൾ കൂടെ ഉൾക്കൊള്ളുന്നതാവുകയും, അടുത്തഘട്ടമെന്ന നിലയിൽ മ്യൂസിക് ബാൻഡുകൾക്കു പ്രചാരം ലഭിക്കുകയും ചെയ്തുകൊണ്ടിരിക്കുന്ന ഈ നാളുകളിൽ വാദ്യകലയെ സംബന്ധിച്ച് കൂടുതൽ വിവരം ലഭിക്കുന്ന പുസ്തകങ്ങൾ ഏറെ പ്രസക്തമാണ്. ഈ അർത്ഥത്തിൽ ജനകീയ സംഗീതത്തിന് വലിയൊരു സംഭാവന ഈ പുസ്തകം നല്കുന്നു. കേരളീയ വാദ്യ ഉപകരണങ്ങളെ വെറുതെ അവതരിപ്പിക്കുക മാത്രമല്ല, ഓരോ ഉപകരണങ്ങളുടെയും ചരിത്രപരമായ ആവിർഭാവവും ഡോ. ശശിധരൻ പറഞ്ഞുതരുന്നുണ്ട്.

സംഗീത വിദ്യാർത്ഥികൾക്കും കലാകാരന്മാർക്കും അനുവാചകലക്ഷങ്ങൾക്കും വാദ്യസങ്കേതങ്ങളെ സംബന്ധിച്ച് അറിവു നല്കുന്ന ഈ പുസ്തകം തികഞ്ഞ കൃതാർത്ഥതയോടെ ഞങ്ങൾ അവതരിപ്പിക്കുന്നു.

ചിന്ത പബ്ലിഷേഴ്സ്

1

വാദ്യവിഭജനം

കേരളീയ സംസ്കാരത്തിന്റെ ചിഹ്നങ്ങളായി പരിഗണിക്കുന്നവയാണ് സംഗീതവും സംഗീതോപകരണങ്ങളും. ഇവയോടു ചേർന്നു നില്ക്കുന്നതാണ് നൃത്തവും.

'ഗീതം വാദ്യം തഥാ നൃത്തം
ത്രയം സംഗീതം മുച്യതേ'

എന്നാണു പ്രമാണം. പലപ്പോഴും സംഗീതത്തിനും നൃത്തത്തിനും അകമ്പടിയായിട്ടാണ് വാദ്യങ്ങൾ ഉപയോഗിക്കുന്നത്. എന്നാൽ കേരളത്തിൽ വാദ്യങ്ങളുടെ മാത്രമായ മേളനവും പതിവുണ്ട്.

കാവുകളിലും ക്ഷേത്രങ്ങളിലും കുടികൊള്ളുന്ന ദേവതയെ ആരാധിക്കുന്നതിനുള്ള മാർഗ്ഗം എന്ന നിലയ്ക്കാണ് സംഗീതം വളർന്നുവന്നത്. ഇഷ്ടമൂർത്തിയെ പാട്ടുപാടി പ്രീതിപ്പെടുത്തുക എന്നതായിരുന്നു ഇതിന്റെ രീതി. ഇതോടൊപ്പം നൃത്തം ചെയ്ത് ആരാധിക്കുക എന്ന മറ്റൊരു രീതിയും ഇവിടെ പ്രചരിച്ചിരുന്നു. ഇവയ്ക്കു താളം നല്കുന്നതിനുവേണ്ടിയാണ് വാദ്യോപകരണങ്ങൾ ആദ്യഘട്ടത്തിൽ ഉപയോഗിച്ചുപോന്നത്. അതുകൊണ്ടുതന്നെ കേരളീയ വാദ്യങ്ങളെ പൊതുവെ താളവാദ്യങ്ങളായിട്ടാണ് പറഞ്ഞുവരുന്നത്.

നൃത്തഗീത വാദ്യങ്ങൾക്കടിസ്ഥാനം താളമാണ്. തനതായൊരു താളവ്യവസ്ഥ തന്നെ ഇവിടെ നിലനിന്നുപോരുന്നുണ്ട്. ഇത് മേളകലകളെ അടിസ്ഥാനമാക്കി രൂപപ്പെട്ടുവന്നിട്ടുള്ളതാണ്. ഏകം, പഞ്ചാരി, ത്രിപുട, ചെമ്പട, ചമ്പ, അടന്ത, ധ്രുവം എന്നീ സപ്തതാളങ്ങളാണ് ഇതിൽ പ്രധാനം. ഇവയ്ക്കു പുറമെ മുറിയന്ത, അഞ്ചടന്ത എന്നീ താളങ്ങളും ലക്ഷ്മിതാളം, മഹാലക്ഷ്മീ താളം, കൊച്ചുലക്ഷ്മി താളം, മർമ്മതാളം, കുംഭതാളം, കുണ്ടനാച്ചിതാളം, കാരികതാളം എന്നീ തനികേരളീയമെന്നു വിശേഷി

പ്പിക്കാവുന്ന താളങ്ങളും ഇവിടെ പ്രചരിച്ചിട്ടുണ്ട്.

വാദ്യങ്ങളുടെ ചരിത്രം തുടങ്ങുന്നത് ആദിമ ഗോത്ര ജീവിതത്തിൽ നിന്നുതന്നെ ആയിരിക്കണം. വനവാസിയായിരുന്ന മനുഷ്യൻ എല്ലാം തുടങ്ങുന്നത് പ്രകൃതിയിൽ നിന്നാണ്. കണ്ടും കേട്ടും പിന്നെ അനുകരിച്ചും. പക്ഷി മൃഗാദികളുടെ ശബ്ദാനുകരണത്തിൽ നിന്നു സംഗീതവും ശാരീരിക ചലനാനുകരണത്തിൽ നിന്നു നൃത്തവും ഉണ്ടായി എന്നാണു കരുതപ്പെടുന്നത്. ഇവയ്ക്കകമ്പടിയായി വാദ്യങ്ങൾ ഉണ്ടാകുന്നു. ചുറ്റുപാടുകളിൽ നിന്നും പലതും സ്വീകരിച്ചുകൊണ്ടായിരിക്കണം വാദ്യങ്ങൾ ഒരുക്കിയത്.

ഗോത്രജീവിതത്തിന്റെ ഭാഗമായി നാലുവിധത്തിലുള്ള വാദ്യങ്ങളാണ് അവർ കണ്ടെത്തി ഉപയോഗിച്ചത്. കാറ്റൂതി ശബ്ദമുണ്ടാക്കുന്നവ, വസ്തുക്കൾ കൂട്ടിമുട്ടിച്ച് ശബ്ദമുണ്ടാക്കുന്നവ, വള്ളികൾ വലിച്ചുകെട്ടി ഉരസി ശബ്ദമുണ്ടാക്കുന്നവ, മൃഗങ്ങളുടെ തോൽ ഉപയോഗിച്ച് ശബ്ദമുണ്ടാക്കുന്നവ എന്നിവയാണവ.

മുളങ്കാടിൽ കാറ്റടിക്കുമ്പോഴുണ്ടാകുന്ന ശബ്ദത്തിൽ നിന്നായിരിക്കണം 'തുള' വാദ്യങ്ങളുടെ തുടക്കം. പൊള്ളയായ മരക്കഷണങ്ങളിലോ ഓട(മുള)യിലോ നേരിട്ടൂതിയോ തുളകളിട്ടൂതിയോ ശബ്ദമുണ്ടാക്കാം. അതുപോലെ ഇലകൾ മടക്കി ഊതിയും ശബ്ദമുണ്ടാക്കാം. തുള വാദ്യങ്ങൾക്കടിസ്ഥാനം ഇതാണ്. കുവാൽ (കുഴൽ), ചീനി, പീക്കി എന്നിങ്ങനെയുള്ള തുളവാദ്യങ്ങൾ ആദിവാസികൾക്കിടയിൽ ഇപ്പോഴും പ്രചാരത്തിലുണ്ട്.

വസ്തുക്കൾ കൂട്ടിമുട്ടിച്ച് ശബ്ദമുണ്ടാക്കുന്ന രീതിയിൽ നിന്നും രൂപപ്പെട്ട വാദ്യോപകരണങ്ങളാണ് അടുത്ത വിഭാഗം. കല്ലുകൾകൂട്ടിമുട്ടിച്ചുകൊണ്ടായിരിക്കണം ഇതിന്റെ തുടക്കം. പിന്നീട് കരിങ്കല്ലുകൾ തമ്മിലും വടികൾ പരസ്പരം അടിച്ചും വടികൾ മുളക്കഷണങ്ങളിലും പാത്രങ്ങളിലും അടിച്ചും ശബ്ദമുണ്ടാക്കിയിരിക്കണം. ആദിവാസികൾക്കിടയിൽ ഇന്നും കോലുകൾ വാദ്യോപകരണമായി ഉപയോഗിച്ചുവരുന്നുണ്ട്.

വലിച്ചു മുറുക്കിക്കെട്ടിയ വള്ളികളിൽ ചെറിയ കമ്പുകൾ കൊണ്ടുരസുമ്പോഴുണ്ടാകുന്ന നാദത്തിൽ നിന്നും വാദ്യോപകരണങ്ങളുടെ അടുത്തഘട്ടം തുടങ്ങുന്നു. ഇത് നായാട്ടു ജീവിതത്തിൽ നിന്നാണ് ഗോത്രജനത കണ്ടെത്തിയത്. വന്യമൃഗങ്ങളെ വേട്ടയാടി പിടിക്കാൻ ഉപയോഗിച്ചിരുന്ന ആയുധം വില്ലും അമ്പുമാണ്. മുള കൊണ്ടോ കനം കുറഞ്ഞ അലകുകൾ കൊണ്ടോ വില്ല് ഉണ്ടാക്കുന്നു. അതിന്റെ 'ഞാൺ' തീർക്കാൻ മുളനാരോ വള്ളികളോ ഉപയോഗിക്കുന്നു. ഞാണിൽ, അമ്പ് ഉരസുമ്പോഴുണ്ടാകുന്ന കമ്പനത്തിൽ നിന്നാണ് ശബ്ദം (ഞാണൊലി) ഉണ്ടാകുന്നത്. 'വില്ല്' ആദിവാസികൾക്കിടയിലെ ഒരു സംഗീതോപകരണമാണ്.

ആദിമ ഗോത്രജനതയുടെ നായാട്ടുജീവിതത്തിൽ നിന്നുതന്നെയാണ് തുകൽ വാദ്യങ്ങളും ഉണ്ടാകുന്നത്. ആഹാരത്തിനായി വേട്ടയാടിപ്പിടിച്ച മൃഗങ്ങളുടെ തോൽ വൃത്തിയാക്കി, പതം വരുത്തി മുളയുടെയോ മൺകുടത്തിന്റെയോ തുറന്ന ഭാഗത്തെ അടച്ചുകെട്ടി അതിൽ വടി (കോൽ) കൊണ്ടോ കൈകൾക്കൊണ്ടോ അടിച്ചു ശബ്ദമുണ്ടാക്കാമെന്ന് അവർ പരി

ചയിച്ചു. ഇങ്ങനെ ഉണ്ടാക്കിയ തോൽവാദ്യങ്ങളാണ് ഏറ്റവും കൂടുതലായി കാണപ്പെടുന്നതും ഉപയോഗിക്കുന്നതും. പശു, കാള, പോത്ത്, മാൻ, കുരങ്ങ്, ഉടുമ്പ്, അണ്ണാൻ തുടങ്ങിയ ജീവികളുടെ തോൽ കൊണ്ടാണ് ഇത്തരം വാദ്യങ്ങൾ അവർ ഉണ്ടാക്കിയത്. ചെണ്ട, വീക്കൻചെണ്ട, മരം, പറൈ (പറ) തുടി, മത്താളം, തപ്പ്, ദവിൽ എന്നിങ്ങനെയുള്ള തോൽവാദ്യങ്ങൾ ആദിവാസികൾ ഉപയോഗിച്ചുവരുന്നുണ്ട്.

ഇവയ്ക്കു പുറമെ മുളകൊണ്ടുണ്ടാക്കിയ വിവിധതരം വാദ്യങ്ങൾ ആദിവാസികൾ ഉപയോഗിക്കുന്നു. മുളത്തമ്പുരു, മുളംചെണ്ട, കുമ്പ, തമ്പറ് എന്നിവ ഉദാഹരണങ്ങൾ.

ഗോത്രജീവിതത്തിൽനിന്നും ഉടലെടുത്ത വാദ്യങ്ങളുടെ വളർച്ചയും തുടർച്ചയുമാണ് ഗ്രാമീണ ജീവിതത്തിൽ കാണുന്നത്. ഈ നാലു വിധത്തിലുള്ള വാദ്യങ്ങളും നാടൻ സംസ്കാരത്തിന്റെയും ഭാഗമാണ്. ജനനം, വിവാഹം, മരണം, കൃഷിപ്പണി, ആരാധന, അനുഷ്ഠാനം, അനുഷ്ഠാനകല, ഉത്സവം എന്നിങ്ങനെ ഗ്രാമീണ ജീവിതത്തിന്റെ വിവിധ സന്ദർഭങ്ങളിൽ വൈവിദ്ധ്യമാർന്ന വാദ്യോപകരണങ്ങൾ ഉപയോഗിച്ചുപോന്നു. കുഴൽ, കുഴിത്താളം, ഇലത്താളം, കോല് മണി, കിണ്ണം, വില്ല്, പുള്ളുവവീണ, പുള്ളുവക്കുടം, നന്തുണി, ചെണ്ട, വീക്കൻ ചെണ്ട, മരം, പറ, മത്താളം, തുടി, കരിന്തുടി, തപ്പ് എന്നിങ്ങനെ ഒട്ടനവധി വാദ്യങ്ങൾ നാട്ടിൻപുറങ്ങളിൽ പ്രചരിച്ചിട്ടുണ്ട്.

ചില വാദ്യോപകരണങ്ങൾ ചില പ്രത്യേക ജനവിഭാഗത്തിന്റേതാണ്. അവർക്കു മാത്രം ഉപയോഗിക്കാൻ അവകാശപ്പെട്ടതാണ് അത്തരം വാദ്യങ്ങളെന്ന് ആ ജനസമൂഹം വിശ്വസിക്കുന്നു. ഉദാഹരണത്തിന് പുള്ളുവർ മാത്രം ഉപയോഗിക്കുന്നതാണ് പുള്ളുവവീണയും പുള്ളുവക്കുടവും. പുലയൻ, പാണൻ എന്നിവരുടെ മുഖ്യവാദ്യമാണ് തുടി. മലയരുടെ വാദ്യമായിട്ടാണ് മരം അറിയപ്പെടുന്നത്. പറയന്റെ പറ, മണ്ണാന്റെ ഈഴാറ എന്നിവയും ഇക്കൂട്ടത്തിൽപ്പെടുന്നു. ഇവയെല്ലാം വംശീയസംഗീതോപകരണങ്ങൾ (ethono musical instruments)ആണെന്നു പറയാം.

നാടൻ വാദ്യങ്ങളിൽ ചിലതിന്റെ ഉല്പത്തിയെക്കുറിച്ചുള്ള പുരാവൃത്തങ്ങൾ പ്രചാരത്തിലുണ്ട്. പുള്ളുവരുടെ വാദ്യങ്ങളായ വീണ, കുടം, മിഴാവ് എന്നിവയെക്കുറിച്ചുള്ള പുരാവൃത്തം ദേവേന്ദ്രന്റെ 'പിന്നി' ഒഴിപ്പിക്കലുമായി ബന്ധപ്പെട്ടതാണ്. പരമശിവനുമായി ബന്ധപ്പെട്ട രണ്ടുപുരാവൃത്തങ്ങൾ കടുന്തുടി (തുടി) യുടെ ഉല്പത്തിയെപ്പറ്റി പറഞ്ഞുവരുന്നുണ്ട്.

വാദ്യോപകരണങ്ങളെ ശാസ്ത്രീയമായി വിഭജനം നല്കി അവതരിപ്പിച്ചത്, ഭരതമുനിയാണ്. അദ്ദേഹത്തിന്റെ നാട്യശാസ്ത്രത്തിൽ തതം, അവനദ്ധം, ഘനം, സുഷിരം എന്നിങ്ങനെ വാദ്യങ്ങളെ നാലായി തരംതിരിച്ചിരിക്കുന്നു. കമ്പി മുറുക്കി മീട്ടിവായിക്കുന്നതാണ് തതവാദ്യങ്ങൾ. ഭരതമുനി പ്രധാനമായും വീണയെക്കുറിച്ചാണ് പ്രതിപാദിച്ചിട്ടുള്ളത്. വ്യത്യസ്തങ്ങളായ വീണകളെപ്പറ്റിയും വീണാവാദനരീതിയെപ്പറ്റിയും അദ്ദേഹം വിസ്തരിച്ച് പറഞ്ഞിട്ടുണ്ട് (നാരായണപിഷാരോടി 1987).

തോൽകൊണ്ട് അടച്ചുകെട്ടിയിട്ടുള്ള വാദ്യങ്ങളെയാണ് 'അവനദ്ധം'

എന്നുപറയുന്നത്. പശുവിന്റെയോ കാളയുടെയോ തോലാണ് ഉപയോഗിക്കേണ്ടത്. പഴകിയതോ കീറിയതോ പുകഞ്ഞതോ കരിഞ്ഞതോ ആയ തോൽ ഉപയോഗിക്കാൻ പാടില്ല. നല്ല വെള്ളനിറമുള്ളതും മാർദ്ദവമേറിയതും മാംസം ഇല്ലാത്തതുമായ തോൽ ഒരു രാത്രിമുഴുവൻ വെള്ളത്തിലിട്ട് കുതിർത്തിട്ടുവേണം വാദ്യനിർമ്മിതിക്ക് ഉപയോഗിക്കാൻ. അങ്ക്യങ്ങൾ, ആലിംഗ്യങ്ങൾ, ഊർദ്ധ്വകങ്ങൾ എന്നിങ്ങനെ തോൽ വാദ്യങ്ങൾ മൂന്നുവിധം. മടിയിൽ വെച്ചുകൊട്ടുന്നവയാണ് അങ്ക്യങ്ങൾ, ശരീരത്തോടു ചേർത്തുവെച്ച് (ആലിംഗനം ചെയ്ത്) കൊട്ടേണ്ടവ ആലിംഗ്യങ്ങളാണ്. മേൽപ്പോട്ടു മുഖമാക്കി വെച്ചുകൊട്ടേണ്ട വാദ്യങ്ങൾ ഊർദ്ധ്വകങ്ങൾ എന്ന വിഭാഗത്തിൽ വരുന്നു. മൃദംഗം, പണവം, ദർദ്ദരം എന്നിങ്ങനെയുള്ള അവനദ്ധ്യവാദ്യങ്ങളെക്കുറിച്ചും അവയുടെ നിർമ്മാണം, വാദനം എന്നിവയെക്കുറിച്ചും ഭരതൻ വിശദമായിത്തന്നെ പ്രതിപാദിക്കുന്നുണ്ട്. ഝല്ലരി, പടഹം, പെരുമ്പറ, ഭേരി, ദുന്ദുഭി, ഡിംഡിമം എന്നിവയെക്കുറിച്ചും അദ്ദേഹം പരാമർശിക്കുന്നു (നാരായണപിഷാരോടി 1987).

കൂട്ടിമുട്ടി നാദമുണ്ടാക്കുന്നവയാണ് ഘനവാദ്യങ്ങൾ. ഇവയെല്ലാം പൊതുവെ താളവാദ്യങ്ങൾ എന്ന ഗണത്തിൽ വരുന്നു. ലോഹങ്ങൾ കൊണ്ടാണ് ഇവയുടെ നിർമ്മിതി. താളവാദ്യങ്ങളെയും താളഭേദങ്ങളെന്നും വിശദമായി തന്നെ നാട്യശാസ്ത്രത്തിൽ ചർച്ച ചെയ്യുന്നുണ്ട്.

ഊതിവായിക്കുന്ന വാദ്യങ്ങളെ സുഷിരവാദ്യങ്ങളെന്നു പറയുന്നു. ഓടക്കുഴലിനെയാണ് നാട്യശാസ്ത്രത്തിൽ പരാമർശിച്ചിരിക്കുന്നത്. കുഴലിന്റെ തുളകളിൽ വിരൽ വെക്കുന്നതിന്റെ ഭേദം കൊണ്ട് സ്വരങ്ങൾക്ക് വ്യത്യാസം വരുമെന്ന് ഭരതമുനി പറയുന്നു. ബാക്കി സ്വരനിയമങ്ങളെല്ലാം വീണയ്ക്ക് പറഞ്ഞതൊക്കെതന്നെയാണ്.

കേരളീയ വാദ്യങ്ങളിലും ഈ നാലു വിധത്തിലുള്ള വാദ്യോപകരണങ്ങളും കാണുന്നു. വില്ല്, നന്തുണി, തംബുരു, വീണ, പുള്ളുവക്കുടം എന്നിവ തതവാദ്യങ്ങളാണ്. ചെണ്ട, വീക്കൻ ചെണ്ട, പറ, മരം, ഇടയ്ക്ക, തിമില, മദ്ദളം, മിഴാവ്, തപ്പ്, തുടി, ഉടുക്ക് എന്നിവ അവനദ്ധ വിഭാഗത്തിൽവരുന്നു. ഘനവാദ്യങ്ങളിൽ പ്രധാനം ചേങ്ങില, ഇലത്താളം, കുഴിത്താളം, കുടം (ഘടം), കിണ്ണം എന്നിവയാണ്. കൊമ്പ്, ശംഖ്, കുഴൽ എന്നിവ സുഷിരവാദ്യങ്ങളുമാണ്.

പ്രാചീനകാലത്തുതന്നെ വിവിധ രീതിയിലുള്ള വാദ്യോപകരണങ്ങൾ കേരളത്തിൽ പ്രചരിച്ചിരുന്നു. സംഘകാല കവിയായിരുന്ന ഇളംകോവടികളുടെ *ചിലപ്പതികാരം* എന്ന കൃതിയിൽ ഇതിനെക്കുറിച്ച് വ്യക്തമായ സൂചനകളുണ്ട്. തുളക്കുരുവി (സുഷിരവാദ്യം) നരമ്പുകുരുവി (തന്ത്രിവാദ്യം), തോൽക്കുരുവി (ചർമ്മവാദ്യം) എന്നിങ്ങനെയുള്ള വാദ്യവിഭജനം അക്കാലത്തുണ്ടായിരുന്നു. 'യാഴ്' അക്കാലത്തുണ്ടായിരുന്ന ഒരു തന്ത്രിവാദ്യമാണ്. മുള, ചന്ദനം, ചെങ്കൊലി, കരിങ്ങാലി, വെങ്കലം എന്നിവ കൊണ്ടുണ്ടാക്കിയ പുല്ലാങ്കുഴലുകൾ അക്കാലത്ത് പ്രചാരത്തിലുണ്ടായിരുന്നു. ഗാനത്തിനും നൃത്തത്തിനുമൊപ്പം മുപ്പത്തിഗന്ന് തോൽവാദ്യങ്ങൾ

ഉപയോഗിച്ചിരുന്നതായി ആ കൃതി ചൂണ്ടിക്കാണിക്കുന്നു. പെരികൈ, ഇടയ്ക്ക, മദ്ദളം, കരടിക, കുടമുഴാ (കുടമിഴാവ്) കണപ്പറ, തണ്ണുമൈ, അന്തരി, ചന്തിരവളയം (ചന്ദ്രവളയം) മുരശ്, നിശാളം, ചെറുപറ, തകുണിച്ചം, പാകം, നാഴികപ്പറ, പെരുമ്പറ, പടകം, ഉടുക്ക്, പല്ലിക, തിമില, തക്ക, മതരുകം, തടാരി, മിഴാവ്, മൊന്ത കൺവിടുതുമ്പ്, തുടുമ, അടക്കം, വിരലേറ്, ഉപാംഗം, തുടി എന്നിങ്ങനെയുള്ള വാദ്യങ്ങൾ സംഘകാലത്ത് പ്രചാരത്തിലുണ്ടായിരുന്നതായി *ചിലപ്പതികാര*കാവ്യം വ്യക്തമാക്കുന്നു (വിശ്വനാഥൻ നായർ 1989).

പ്രാചീന മണിപ്രവാളകൃതിയായ *ഉണ്ണുനീലി* സന്ദേശത്തിൽ, സന്ദേശവാഹകനായ ആദിത്യവർമ്മയുടെ സംഗീതനൈപുണി വർണ്ണിക്കുന്ന കൂട്ടത്തിൽ പലവാദ്യങ്ങളെക്കുറിച്ചും പറയുന്നുണ്ട്.

"ശൗണ്ഡീ, വേണുസ്തനി, ശബരികാ പങ്കിതം, രാവണങ്കൈ
സാരംഗം, നന്തുണി, നിറമെഴുംതണ്ണി, വീണാ, വിനാകം"

ഇതിൽ ശൗണ്ഡീ, ഒരുതരം ചെണ്ടയാണ്. സ്തനിയാകട്ടെ, സ്തനാകൃതിയിലുള്ള ഭേരിയും. നിറമെഴും 'തണ്ണി' ജലതരംഗത്തെയാണ് സൂചിപ്പിക്കുന്നത് (മാധവൻ നായർ 1989).

തിരുവിതാംകൂർ രാജാവായിരുന്ന കാർത്തികതിരുനാൾ ബാലരാമവർമ്മയുടെ നാട്യശാസ്ത്രസംബന്ധിയായ *ബാലരാമഭരതം* എന്ന കൃതിയിൽ വാദ്യങ്ങൾ അഞ്ചുതരത്തിലാണെന്നു പറഞ്ഞിരിക്കുന്നു. ഗാത്രഭവം (ശരീരത്തിൽ നിന്നും ഉത്ഭവിക്കുന്നത്), കാംസ്വഭവം (ഓട്ടുലോഹത്തിൽ നിന്നും ഉണ്ടാകുന്നത്), ചർമ്മഭവം (തോലിൽനിന്നും ഉത്ഭവിക്കുന്നത്) തന്ത്രീഭവം (കമ്പി കൊണ്ടുണ്ടാകുന്നത്) രന്ധ്രഭവം (സുഷിരത്തിൽനിന്നുഭവിക്കുന്നത്) എന്നിവയാണവ. യക്കാളം, ചിഹ്നം, നൗരി, കർണ്ണ എന്നിവ അക്കാലത്തുണ്ടായിരുന്ന ശ്രുതിവാദ്യങ്ങളാണ്. ഭേരിമണി, കരമണി കാംസ്യം എന്നിവ രാഗതാളവാദ്യങ്ങളുമാകുന്നു. ചലവീണ, രുദ്രവീണ, തംബുരു, കിന്നരി, സരോത്, രവ, രാവണഹസ്തം, സാരംഗി, സ്വരമണ്ഡലി, തുംബുവാദ്യം എന്നിവ തന്ത്രിവാദ്യങ്ങളാണ്. വേണു, നാദസ്വരം ചീനം എന്നീ സുഷിര വാദ്യങ്ങളെക്കുറിച്ചും പറഞ്ഞിരിക്കുന്നു. മദ്ദളം, പടഹം, ഭേരി, ഡക്ക, കരടിഝില്ലിക, തരടി, തിവ്വല, ടങ്ക, ഘടകം, രസധ്വനി, ചണപ്രം, മുരരം തത്തളം, തുഡുമ, തഠാരി, ദുന്ദുഭി, തന്നുമ, ക്ഷണവീടി, ചാലിന്യ, കരം, തുംമ്പുഭംഗി, അംഗുലീരോഹണം, തത്തനീഝം, ഡമരുകം, ഏകാക്ഷം, മുരജം, ചാലിനി, ചന്ദ്രവലയം, നാളികം, അന്തരി, മുളവോഡു എന്നിങ്ങനെയുള്ള മുപ്പതോളം ചർമ്മവാദ്യങ്ങളെക്കുറിച്ചും *ബാലരാമഭരത*ത്തിൽ പരാമർശിക്കുന്നുണ്ട്. ഇവയിൽ മിക്കതും ഇന്നും പ്രചാരത്തിലുള്ളവയല്ല (മാധവൻ നായർ. 1989).

കുഞ്ചൻ നമ്പ്യാർ തുള്ളൽ കൃതികളിൽ അക്കാലത്തു പ്രചാരത്തിലുണ്ടായിരുന്ന ചില വാദ്യങ്ങളെ പരാമർശിച്ചതായി കാണുന്നു. മദ്ദളം, ചെണ്ട, ഇടയ്ക്ക, തിമില, ഉടുക്ക്, തകിൽ, ചേങ്ങില, ഇലത്താളം, കൊമ്പ്, കുഴൽ, തംബുരു, വീണ, വേണു തുടങ്ങിയവ അക്കൂട്ടത്തിൽപ്പെടുന്നു.

കേരളത്തിലെ നാടൻ-ക്ലാസിക് കലകളുടെ അവതരണം നടക്കുന്നത്

വിവിധയിനം വാദ്യങ്ങളുടെ അകമ്പടിയോടുകൂടിയാണ്. ചെണ്ട, വീക്കൻ ചെണ്ട, മദ്ദളം, തുടി, കടുന്തുടി, ഉടുക്ക്, ഇടയ്ക്ക, മരം, പറ, പെരുമ്പറ,തപ്പ്, ദഫ്, അറബന, കൊമ്പ്, കുഴൽ, ചീനം, ശംഖ്, വില്ല്, ഓണവില്ല്, പുള്ളുവ വീണ, പുള്ളുവക്കുടം, പുള്ളുവമിഴാവ്, കിണ്ണം, കുടം, ഇലത്താളം, കുഴിത്താളം, മണി, നന്തുണി തുടങ്ങി എത്രയോ വാദ്യങ്ങൾ നാടൻ കലകളിൽ കാണുന്നുണ്ട്. ചെണ്ട, വീക്കൻ ചെണ്ട, ഇടയ്ക്ക, ശുദ്ധമദ്ദളം, തൊപ്പി മദ്ദളം, മിഴാവ്, തിമില, മൃദംഗം, ഗഞ്ചിറ, കൊമ്പ്, കുറുംകുഴൽ, പുല്ലാംകുഴൽ, ഘടം, വയലിൻ, വീണ, ശംഖ്, ഇലത്താളം, കുഴിത്താളം, ചേങ്ങില തുടങ്ങിയ വാദ്യോപകരണങ്ങളാണ് ക്ലാസിക് കലാരംഗത്തുള്ളത്. ക്ഷേത്രങ്ങളിലെ അനുഷ്ഠാനമേളത്തിൽ 'മരം' എന്ന വാദ്യം ഉപയോഗിക്കാറുണ്ട്.

ക്ഷേത്രങ്ങളിലെ പൂരം, ഉത്സവം തുടങ്ങിയവയുമായി ബന്ധപ്പെട്ട് കേരളത്തിൽ സവിശേഷമായ മേളകലകൾ രൂപപ്പെട്ടുവന്നിട്ടുണ്ട്. ചെണ്ടമേളം, തായമ്പക, പഞ്ചവാദ്യം എന്നിവയാണ് ഇതിൽ പ്രധാനം.

ഉത്സവമേളങ്ങളിൽ പ്രധാനപ്പെട്ട ഇനമാണ് ചെണ്ടമേളം. പഞ്ചാരി, ചെമ്പട, അടന്ത, അഞ്ചടന്ത, ധ്രുവം എന്നിങ്ങനെ വിവിധ താളങ്ങളിൽ പ്രസിദ്ധമായ ചെണ്ടമേളങ്ങൾ സർവ്വസാധാരണമാണ്. ചെണ്ട, ഇലത്താളം, വീക്കൻ ചെണ്ട, കുറുംകുഴൽ, കൊമ്പ് എന്നിവയാണ് ഇതിലെ വാദ്യങ്ങൾ. മറ്റൊരിനം ചെണ്ടമേളമാണ് തായമ്പക. ഇതിലെ പ്രധാന വാദ്യം ചെണ്ടയാണ്. താളം പിടിക്കാൻ വീക്കൻ ചെണ്ടയും ഇലത്താളവും ഉപയോഗിക്കുന്നു. മറ്റൊരിനം മേളമാണ് പഞ്ചവാദ്യം. ആദ്യകാലത്ത് തൊപ്പി മദ്ദളം, തിമില, ഇടയ്ക്ക, ചേങ്ങില, കുറുംകുഴൽ എന്നീ വാദ്യങ്ങളാണ് ഉപയോഗിച്ചിരുന്നത്. എന്നാൽ ഇപ്പോൾ പഞ്ചവാദ്യങ്ങളായി അറിയപ്പെടുന്നത് ശുദ്ധമദ്ദളം, തിമില, ഇടയ്ക്ക, ഇലത്താളം, കൊമ്പ് എന്നിവയാണ്.

കേരളത്തിലെ വാദ്യങ്ങളുടെ കൂട്ടത്തിൽ പതിനെട്ടു വാദ്യങ്ങൾക്ക് അതീവ പ്രാധാന്യമുണ്ടായിരുന്നതായി കരുതപ്പെടുന്നു. 'പതിനെട്ടു വാദ്യവും ചെണ്ടയ്ക്കു താഴെ' എന്നൊരു പഴഞ്ചൊല്ലുതന്നെ ഇവിടെ പ്രചരിച്ചിരുന്നു. ഈ പതിനെട്ടു വാദ്യങ്ങൾ ഏതൊക്കെയാണെന്നതിനെപ്പറ്റി വ്യത്യസ്താഭിപ്രായം നിലനില്ക്കുന്നുണ്ട്. തതം, അവനദ്ധം, ഘനം, സുഷിരം എന്നിങ്ങനെയുള്ള ചതുർവ്വിധ വാദ്യങ്ങൾ ഇതിൽ ഉൾപ്പെട്ടിരുന്നതായി ഒരുപക്ഷമുണ്ട്. ചെണ്ട, വീക്കൻ ചെണ്ട, ശുദ്ധമദ്ദളം, തൊപ്പിമദ്ദളം, മരം, തിമില, ഇടയ്ക്ക, ചേങ്ങില, ഇലത്താളം, കുഴിത്താളം, ശംഖ്, കൊമ്പ്, ഇടമുടി, വീരാണം, നന്തുണി, കരടിക, പടഹം, കുറുംകുഴൽ എന്നിവയാണ് പതിനെട്ടു വാദ്യങ്ങളെന്നാണ് ഈ പക്ഷക്കാരുടെ അഭിപ്രായം. എന്നാൽ പതിനെട്ടു വാദ്യങ്ങളും തോൽവാദ്യങ്ങളായിരിക്കണമെന്നാണ് മറ്റൊരു വാദക്കാരുടെ നില. വീക്കൻ ചെണ്ട, മരം, പറ, ഭേരി, തിമില, ഇടയ്ക്ക, പടഹം, തൊപ്പിമദ്ദളം, മിഴാവ്, തുടി, കടുന്തുടി, കരടിക, ഇടുമുടി, വീരാണം, വേലത്തവിൽ, തപ്പ്, തല്ലിദ, സമ്മാനം എന്നിവയാണ് പതിനെട്ടു ചർമ്മവാദ്യങ്ങളായി പറയപ്പെടുന്നത് (വിഷ്ണുനമ്പൂതിരി 2000). ഇതിൽ ചെണ്ടയില്ല എന്നതും ശ്രദ്ധേയമാണ്.

2

തതവാദ്യങ്ങൾ

'തതം' എന്ന പദത്തിന് 'വലിച്ചു മുറുക്കി കെട്ടിയത്' എന്നാണർത്ഥം. വള്ളിയോ ചരടോ കമ്പിയോ ഉപയോഗിച്ച് ഒരറ്റത്തുനിന്നും മറ്റേ അറ്റത്തേക്കു വലിച്ചുകെട്ടി അവയിൽ കമ്പനമുണ്ടാക്കിവായിക്കുന്നതാണ് തതവാദ്യങ്ങൾ (Chord Phones). ഇവയെ തന്ത്രിവാദ്യങ്ങൾ എന്നും പറയും. തതവാദ്യങ്ങൾ 'സ്വരവാദ്യങ്ങൾ' എന്ന വിഭാഗത്തിൽ വരുന്നവയാണ്.

തതവാദ്യങ്ങളെ മൂന്നായി തരംതിരിക്കാം.

1. വിരലുകൊണ്ടോ നഖം കൊണ്ടോ കമ്പിയിൽ മീട്ടിവായിക്കുന്നവ. നന്തുണി, വീണ, തംബുരു, എന്നിവ ഉദാഹരണങ്ങൾ. ഇതിൽ വീണ ഭരതമുനി നാട്യശാസ്ത്രത്തിൽ തതവാദ്യത്തിനു മാതൃകയായി കൊടുത്തിട്ടുള്ള വാദ്യമാണ്.
2. വില്ലുകൊണ്ടോ മറ്റോ ഉരസി വായിക്കുന്നവ. പുള്ളുവവീണയും വയലിനുമാണ് ഇതിനു മാതൃകകൾ.
3. നേരിയ മരക്കഷണങ്ങൾകൊണ്ടോ ലോഹങ്ങൾകൊണ്ടോ കമ്പിയിൽ അടിച്ചോ ഉരച്ചോ ശബ്ദമുണ്ടാക്കുന്നവ. പുള്ളുവക്കുടം, വില്ല്, ഓണവില്ല്, ഗത്തുവാദ്യം എന്നിവ ഉദാഹരണമായി ചൂണ്ടിക്കാണിക്കാം. തതവാദ്യങ്ങൾ പൊതുവെ പാട്ടിന്നകമ്പടിയായി വരുന്നവയാണ്.

യാഴ്:

പ്രാചീന കേരളത്തിൽ ഏറെ പ്രചാരത്തിലുണ്ടായിരുന്ന തന്ത്രിവാദ്യമാണ് 'യാഴ്'. ഇതിന് സമാനമായി 'വ്യാഴൻ' എന്ന പദം മലയാളത്തിൽ ഉപയോഗിച്ചിരുന്നു എന്നൊരുപക്ഷമുണ്ട്. സംഘകാലകൃതിയായ *ചിലപ്പതികാര*ത്തിൽ നാലുതരം 'യാഴു'കളെപ്പറ്റി പരാമർശിക്കുന്നുണ്ട്. ദേവിയാഴ്, മകരയാഴ്, ശകോടയാഴ്, ചെങ്കൊട്ടിയാഴ് എന്നിങ്ങനെ. എന്നാൽ

യാഴ്

ഇവയിലെ കമ്പികളുടെ എണ്ണത്തെക്കുറിച്ച് കൃത്യമായി പറയാനാവില്ല. പ്ലാവുകൊണ്ടോ കുമിഴുകൊണ്ടോ ഉണ്ടാക്കിയ മരഭാഗത്തിന്റെ രണ്ടറ്റത്തേക്കും വലിച്ചുമുറുക്കിയാണ് കമ്പികൾ കെട്ടിയിരുന്നത്. ഏറ്റവും ചെറിയ യാഴിന് മൂന്നു കമ്പികളാണുണ്ടായിരുന്നതെന്നു കരുതപ്പെടുന്നു. 22 കമ്പികൾ വരെയുള്ള യാഴുകൾ ഉണ്ടായിരുന്നു. സപ്തസ്വരങ്ങൾ പൂർണ്ണമായും ഇതിൽ വായിച്ചെടുക്കാൻ കഴിയില്ല. യാഴിൽനിന്നും വികസിപ്പിച്ചെടുത്തതാണ് നന്തുണിയും വീണയും എന്ന് സംഗീതനിരൂപകർ കരുതുന്നു. 'യാഴ്' ഇന്നു പ്രചാരത്തിലില്ല.

നന്തുണി (നന്ദുണി)

കേരളത്തിലെ പഴക്കം ചെന്ന നാടൻ തതവാദ്യമാണ് നന്ദുണി(നന്തുണി). 'നാദതന്ത്രിണി' എന്ന വാക്കിന്റെ ലോപിച്ച രൂപമാണ് 'നന്തുണി' എന്നൊരു പക്ഷമുണ്ട്. 'നന്തുർണി', 'വ്യാഴൻ' എന്നിവ ഇതിനു സമാനമായി ഉപയോഗിക്കുന്നു. ഇതിനും മരഭാഗവും തന്ത്രിഭാഗവുമുണ്ട്. മരഭാഗം

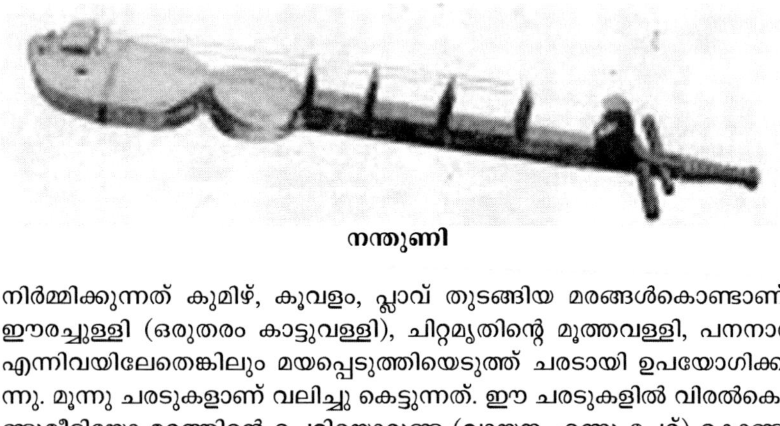

നന്തുണി

നിർമ്മിക്കുന്നത് കുമിഴ്, കൂവളം, പ്ലാവ് തുടങ്ങിയ മരങ്ങൾകൊണ്ടാണ്. ഈരച്ചുള്ളി (ഒരുതരം കാട്ടുവള്ളി), ചിറ്റമൃതിന്റെ മൂത്തവള്ളി, പനനാര് എന്നിവയിലേതെങ്കിലും മയപ്പെടുത്തിയെടുത്ത് ചരടായി ഉപയോഗിക്കുന്നു. മൂന്നു ചരടുകളാണ് വലിച്ചു കെട്ടുന്നത്. ഈ ചരടുകളിൽ വിരൽകൊണ്ടുമീട്ടിയോ മരത്തിന്റെ ചെറിയൊരുണ്ട (വായന എന്നു പേര്) കൊണ്ടു

തട്ടി കമ്പനമുണ്ടാക്കിയാണ് വായിക്കുന്നത്. വലിയ നന്തുണിക്ക് അഞ്ചടിയോളം നീളം വരും. ചെറുതിനാകട്ടെ രണ്ടടിയും. ഇടതുതോളിൽ ഉയർത്തിവെച്ച് ഇടതുകൈ കൊണ്ട് ചരടുകളിൽ അമർത്തിപ്പിടിച്ച്, വലതുകൈവിരലുകൾ കൊണ്ട് മീട്ടിയാണ് വായിക്കുന്നത്.

'യാഴ്' എന്ന തന്ത്രിവാദ്യത്തിലെപ്പോലെ, സപ്തസ്വരങ്ങൾ, അതിന്റെ പൂർണ്ണതയോടെ നന്തുണിയിലും വായിച്ചെടുക്കാൻ കഴിയില്ല. മാത്രമല്ല, വീണയുടെ ശ്രുതിമധുരമായ നാദവും ഇതിൽനിന്നും ലഭിക്കുകയില്ല. അതിനാൽ യാഴിന്റെയും വീണയുടെയും ഇടയ്ക്കാണ് 'നന്തുണി'യുടെ സ്ഥാനം.

'നന്തുണി' ഒരു ശ്രുതിവാദ്യമാണ്. കല്ലാറ്റു കുറുപ്പന്മാർ, തെയ്യംപാടികൾ, മണ്ണാന്മാർ, ഗണിയൻ എന്നീ സമുദായക്കാരാണ് ഇത് ഉപയോഗി

നന്തുണി വായിക്കുന്നു

ക്കുന്നത്. കളമെഴുത്തും പാട്ടും കുലത്തൊഴിലായി നടത്തിവരുന്ന അമ്പലവാസികളാണ് കല്ലാറ്റ് കുറുപ്പന്മാർ. പഴയ വള്ളുവനാട്, പൊന്നാനി താലൂക്കുകളിലാണ് ഇവർ ഈ അനുഷ്ഠാനം നടത്തിവരുന്നത്. ഭദ്രകാളി, അയ്യപ്പൻ, വേട്ടയ്ക്കൊരു മകൻ, കരുമകൻ, അന്തിമഹാകാളൻ തുടങ്ങിയ ദേവതകൾക്കാണ് കുറുപ്പന്മാർ കളമെഴുത്തും പാട്ടും നടത്തുന്നത്. ഇതിനകമ്പടിയായിട്ടാണ് 'നന്തുണി' ഉപയോഗിക്കുന്നത്. പഴയ കോലത്തുനാട്ടിൽ ഭഗവതി ക്ഷേത്രങ്ങളിൽ വ്യാഴം പാട്ടുനടത്തുന്നവരാണ് തെയ്യംപാടികൾ. 'നന്തുണി' ഇതിനുള്ള ശ്രുതിവാദ്യമാണ്.

മദ്ധ്യകേരളത്തിലാണ് മണ്ണാന്മാർ ഭഗവതിക്കളമെഴുതി, പാട്ടുപാ

ടുന്നത്. ഇതും അവർ കുലത്തൊഴിലായി കൊണ്ടുനടക്കുന്നു. കാവുകളിലും ഈഴവരുടെയും മറ്റു [illegible] വീടുകളിലുമാണ് ഈ അനുഷ്ഠാനം നടത്തുന്നത്. കണ്ണകിയുടെ കഥ പറയുന്ന തോറ്റമാണ് മണ്ണാന്മാർ കൂടുതലായും പാടുന്നത്. മണ്ണാന്മാരെ സംബന്ധിച്ചിടത്തോളം നന്തുണി ഒരു ദൈവികവാദ്യമാണ്. "നന്തുണി ഒരു ദൈവികശിശുവാണ്. വിശുദ്ധിയുള്ള മടിയിലേ നന്തുണിവെക്കാവൂ." മണ്ണാന്മാരുടെ പാട്ടുകളിലും ചൊല്ലുകളിലും നന്തുണിയുടെ ഈ ദിവ്യത്വം വെളിപ്പെടുന്നുണ്ട (രാജഗോപാലൻ എൽ എസ് 2008).

"അല്ലയോ നന്തുണി എന്താണ് നിന്റെ ദിവ്യനാമം?
വരൂ മകളേ,
കുറുമ്പരുടെ ഭഗവതീ
പേരെന്താണ് പറയൂ.
ദിവ്യത്വമെന്താണ്? പാടൂ..."

പരദേവതകളും വാദ്യത്തിൽ വസിക്കുന്നുണ്ടെന്നും നന്തുണിയുടെ നടുക്ക് ഭദ്രകാളിയാണുള്ളതെന്നും മണ്ണാന്മാർ വിശ്വസിക്കുന്നു. ഈ നന്തുണി പ്രായേണ ചെറുതാണ്.

തെക്കൻ കേരളത്തിലെ 'ഗണിയ' സമുദായക്കാർ നാഗാരാധനയുടെ ഭാഗമായി സർപ്പക്കാവുകളിൽ നടത്തിവരുന്ന ഒരനുഷ്ഠാനമാണ്. 'ഊട്ടും പാട്ടും.' ഇതിനും നന്തുണി തന്നെയാണ് വാദ്യം. 'നന്തുണി' എന്ന തത വാദ്യം ഉപയോഗിച്ചുപാടുന്ന ഈ പാട്ടുകൾക്കെല്ലാം പൊതുവെ 'നന്തുണിപ്പാട്ടുകൾ' എന്നാണു പറയുന്നത്.

വീണ

അതിപൗരാണികവും പാവനവുമായ ഒരു തതവാദ്യമാണ് വീണ. മിക്ക സംഗീതഗ്രന്ഥങ്ങളിലും വീണയെക്കുറിച്ചുള്ള പരാമർശം കാണുന്നു. ഭരതമുനി നാട്യശാസ്ത്രത്തിൽ പതിനെട്ടു ജാതി വീണകളെക്കുറിച്ചു പറയുന്നുണ്ട്. അവ ഓരോന്നും നവരസങ്ങൾക്കനുഗുണമായി എങ്ങനെ പ്രയോഗിക്കണമെന്നും വിശദീകരിക്കുന്നുണ്ട്.

ഹൈന്ദവ പുരാണപ്രകാരം ദേവസഭയിൽ പാട്ടിനും നൃത്തത്തിനും അകമ്പടിസേവിക്കുന്ന വാദ്യമായിട്ടാണ് വീണയെ കണക്കാക്കുന്നത്. സരസ്വതീ ദേവിയുടെയും നാരദന്റെയും സംഗീതോപകരണമാണ് വീണ എന്നു വിശ്വസിച്ചുവരുന്നു. 'വീണപുസ്തകധാരിണി' എന്നാണ് സരസ്വതി ദേവി പ്രകീർത്തിക്കപ്പെടുന്നതുതന്നെ. വീണയിൽ സരസ്വതി സാന്നിദ്ധ്യവും കല്പിക്കപ്പെടുന്നു. വീണാധാരിയായി മൂന്നു ലോകങ്ങളിലും സഞ്ചരിക്കുന്ന മുനിയാണ് നാരദൻ. നാരദന്റെ വീണയാണ് ഭൂമിയിലെത്തി, ജനങ്ങൾക്കിടയിൽ പ്രചരിച്ചതെന്നുള്ളൊരു കഥ വായുപുരാണത്തിൽ കാണുന്നു. ആ കഥ ഇതാണ്.

ദേവേന്ദ്രസഭയിൽ അപ്സരസ്സായ ഉർവ്വശിയുടെ നൃത്തത്തിനനുസരിച്ച്, നാരദൻ വീണ വായിച്ചുകൊണ്ടിരുന്നു. ഉർവ്വശിയുടെ നൃത്തം കാണാൻ

ഇന്ദ്രപുത്രനായ ജയന്തനും ഉണ്ടായിരുന്നു. ജയന്തന്റെ സൗന്ദര്യം കണ്ട ഉർവ്വശിക്ക് മനസ്സിൽ പ്രേമമുദിക്കുകയും അതുമൂലം നൃത്തത്തിൽ താളപ്പിഴകൾ ഉണ്ടാകുകയും ചെയ്തു. നാരദനും വീണാവാദനത്തിൽ തെറ്റുകൾ സംഭവിച്ചു. ഈ സന്ദർഭത്തിൽ സദസ്സിലുണ്ടായിരുന്ന അഗസ്ത്യമുനി കോപിക്കുകയും നാരദനെ ശപിക്കുകയും ചെയ്തു. നാരദന്റെ കൈയിൽ മാത്രമുണ്ടായിരുന്ന വീണ, ഭൂമിയിലെ എല്ലാ ജനങ്ങൾക്കും ഉപയോഗിക്കാൻ കഴിയുന്നതായി തീരട്ടെ എന്നതായിരുന്നു ശാപം. ഇങ്ങനെ ശപിച്ചതുകൊണ്ടാണ് വീണ ലോകരുടെ വീണയായി മാറിയതെന്നാണ് പുരാണമതം. തമിഴ് കാവ്യമായ *ചിലപ്പതികാര*ത്തിലും ഈ കഥ പറയുന്നുണ്ട്.

വീണ ഉണ്ടാക്കുന്നത് പ്ലാവിന്റെ തടികൊണ്ടാണ്. ഇതിനു രണ്ടു കുടങ്ങളുണ്ട്. താഴത്തും മുകളിലുമായി. താഴത്തെ കുടം വലുത് മുപ്പതുസെന്റിമീറ്റർ വ്യാസത്തിൽ ഒറ്റത്തടിയിൽ കടഞ്ഞെടുത്തതുമാണ്. മുകളിലത്തെ ചെറിയ കുടം, ചെരയ്ക്ക തുരന്ന് പാകപ്പെടുത്തിയെടുത്തിട്ടുള്ളതാണ്.

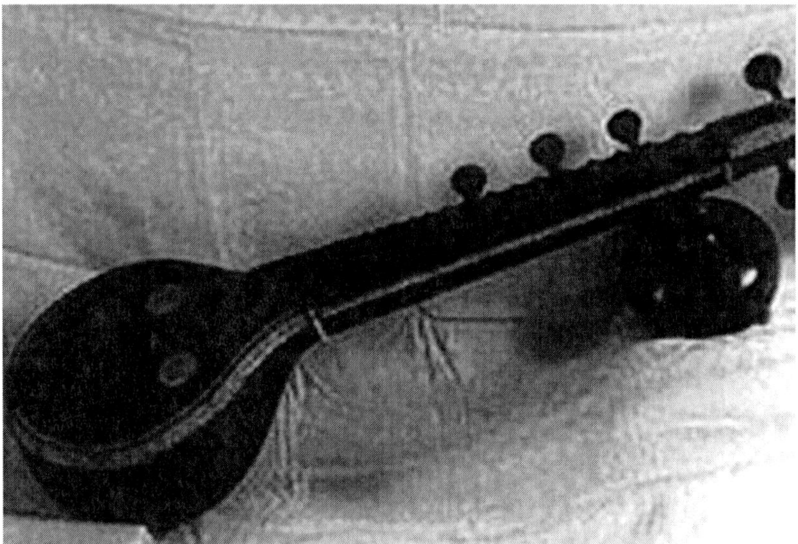

വീണ

ഏകദേശം ഒരു മീറ്ററോളം നീളമുള്ള ദണ്ഡുപയോഗിച്ച് ഈ രണ്ടു കുടങ്ങളെയും ബന്ധിപ്പിച്ചിരിക്കുന്നു. ദണ്ഡിന്റെ മുകളറ്റത്ത് വ്യാളീമുഖം ഘടിപ്പിച്ചിട്ടുണ്ടാകും. ദണ്ഡിന്റെ ഇരുവശത്തുമായി വിലങ്ങനെ പിച്ചളകൊണ്ടുള്ള 24 മൊട്ടുകൾ പതിച്ചിട്ടുണ്ടാകും. വ്യാളീമുഖത്തിനു തൊട്ടു മുന്നിലായി രണ്ടു ദണ്ഡിന്റെ ഇരുവശത്തും രണ്ടു 'ബരഡ'കൾ ഉണ്ടായിരിക്കും. വലിയ കുടത്തിന്റെ പരന്ന മുകൾഭാഗത്ത് മരം കൊണ്ടുള്ള ഒരു

പാലം (Bridge) കാണാം. ഇതിന്റെ മീതെയാണ് ഏഴുകമ്പികൾ ഘടിപ്പിച്ചിരിക്കുന്നത്; താളക്കമ്പികളും വായിക്കാനുള്ള കമ്പികളും. താളക്കമ്പികളെല്ലാം ഉരുക്കിൽ നിർമ്മിച്ചവയാണ്. വായിക്കാനുള്ള കമ്പികളിൽ രണ്ടെണ്ണം വീതം ഉരുക്കും പിച്ചളയുമാണ് (രവീന്ദ്രനാഥ് 1997).

നിലത്ത് ചമ്രം പടിഞ്ഞിരുന്നാണ് വീണ വായിക്കുന്നത്. വലിയ കുടം നിലത്തുവെച്ച്, ചെറിയ കുടം ഇടതുകാൽ മുട്ടിൽ വെച്ച്, വീണ വായിക്കുന്നു. ഇടതുകൈ വിരലുകൾ കമ്പികളിൽ അമർത്തി, വലതുകൈവിരലുകൾ കൊണ്ട് കമ്പികളിൽ മീട്ടി നാദം ഉണ്ടാക്കുന്നു.

കമ്പികളുടെ എണ്ണത്തിനനുസരിച്ച് വായിക്കുന്ന രീതിക്കും നാദത്തിനും വ്യത്യാസമുണ്ട്.

കേരളത്തിൽ വിവിധ തരത്തിലുള്ള വീണകൾ പ്രചാരത്തിലുണ്ട്. സരസ്വതി വീണ, ചിത്രവീണ, നാഗവീണ, കാർത്യായന വീണ, രുദ്രവീണ, ഒറ്റക്കമ്പി വീണ, വിപഞ്ചിക പുള്ളുവവീണ, ബാലവീണ, മത്സ്യവീണ, കൂർമ്മവീണ, ചീങ്കണ്ണിവീണ. നാരായണവീണ എന്നിങ്ങനെ. നാട്യശാസ്ത്രത്തിൽ പറയുന്ന ചിത്രവീണയ്ക്ക് ഏഴു കമ്പികളും വിപഞ്ചികയ്ക്ക് 9 കമ്പികളുമാണുള്ളത്. നാഗവീണയുടെ വലിയ കുടത്തിന്റെ അഗ്രഭാഗം, നാഗഫണം പോലെയുള്ളതാണ്. പുള്ളുവവീണ നാടൻ വീണയാണ്. ഇത് കൈകൊണ്ടല്ല, മറിച്ച് വില്ലുപോലെയുള്ള ഉപകരണം കൊണ്ട് ഉരസിയാണ് വായിക്കുന്നത്.

ദക്ഷിണേന്ത്യൻ സംഗീതത്തിന്റെ ഭാഗമായിട്ടാണ് കേരളത്തിൽ വീണ ഉപയോഗിക്കുന്നത്. സപ്തസ്വരങ്ങൾ കൃത്യമായും വ്യക്തമായും പുറപ്പെടുവിക്കാൻ വീണയ്ക്കു കഴിയും. അതിനാൽ കർണ്ണാടകസംഗീതത്തിലെ രാഗവ്യവസ്ഥയനുസരിച്ച് കീർത്തനങ്ങളും മറ്റും വീണയിൽ വായിക്കാൻ കഴിയുന്നു. വീണക്കച്ചേരി ആസ്വാദ്യകരമായ ഒരിനമാണ്.

പുള്ളുവവീണ

കേരളത്തിൽ ഏറെ പഴക്കമുള്ള നാടൻ തതവാദ്യമാണ് പുള്ളുവവീണ. പുള്ളുവവംശത്തിന്റെ കുലവാദ്യമായിട്ടാണ് ഇതിനെ കണക്കാക്കിവരുന്നത്. ഇതിന് വീണക്കുഞ്ഞ് എന്ന പേരുമുണ്ട്. സമൂഹത്തിന്റെ താഴെത്തട്ടിലുള്ള ജനവിഭാഗമാണ് പുള്ളുവർ. 'പുള്ള്' (പക്ഷി) ബാധ ഒഴിപ്പിക്കുന്നവർ എന്നർത്ഥത്തിലാണ്, 'പുള്ളുവർ' എന്ന പദം ഉണ്ടായതെന്നു കരുതുന്നു. ഇവർ നാഗങ്ങളെ ആരാധിക്കുന്നു. പാട്ടുപാടലും ബാധ ഒഴിപ്പിക്കലുമാണ് ഇവരുടെ പ്രധാന തൊഴിലുകൾ. നാവേറ്, കണ്ണേറ് തുടങ്ങിയ കർമ്മങ്ങളും പുള്ളുവർ ചെയ്യുന്നു. ഓണം, വിഷു തുടങ്ങിയ ഉത്സവകാലങ്ങളിൽ വീടുകൾതോറും കയറിയിറങ്ങി പാട്ടുപാടുന്നവരാണിവർ. ഇങ്ങനെ പാടുന്ന പാട്ടുകളെയാണ് പുള്ളുവൻപാട്ടുകൾ എന്നു പറയുന്നത്. ഈ പാട്ടുകൾക്ക് അകമ്പടിയായുള്ള സ്വരവാദ്യമാണ് 'പുള്ളുവവീണ.'

പുള്ളുവന്റെയും പുള്ളുവവീണയുടെയും ഉല്പത്തിയെക്കുറിച്ചുള്ള ഒരു പുരാവൃത്തം പ്രചാരത്തിലുണ്ട്. ഇത് ശിവ-പാർവ്വതിമാരെക്കുറിച്ചുള്ളതാണ്. ശിവനും പാർവ്വതിയും ഗജരൂപം പൂണ്ടു വനത്തിൽ നടന്നതിന്റെ ഫലമായിട്ടാണ് ഗണപതി ജനിച്ചത്. ഉണ്ണി ഗണപതിയെ ദർശിച്ച ദേവന്മാർ, ഉണ്ണിയുടെ മനോഹരമായ രൂപത്തെ പ്രകീർത്തിക്കാൻ തുടങ്ങി. ഇതിന്റെ ഫലമായി 'നാവേറു'തട്ടുകയും ഉണ്ണിഗണപതിക്ക് പലതരത്തിലുള്ള അസ്വസ്ഥതകൾ ഉണ്ടാകുകയും ചെയ്തു. ഇത് മാറ്റിയെടുക്കുന്നതിനുവേണ്ടി ശിവൻ തന്നെ ദർഭപ്പുല്ലുകൊണ്ട് മനുഷ്യരൂപം ഉണ്ടാക്കി. ബ്രഹ്മാവ് ഈ മനുഷ്യരൂപത്തിനു ജീവനും നല്കി. ഇവർ നാരദന്റെ വീണയെടുത്ത് നാവൂറു പാടാൻ തുടങ്ങി. ഇതേത്തുടർന്ന് ഉണ്ണിഗണപതിയുടെ നാവേറൊഴിഞ്ഞുപോകുകയും ചെയ്തു. ഇങ്ങനെ നാവൂറുപാടുന്നതിന് ബ്രഹ്മാവു സൃഷ്ടിച്ച മനുഷ്യന്റെ പരമ്പരയിൽപ്പെട്ടവരാണ് പുള്ളുവരെന്നും നാവൂറുപാടാൻ ഉപയോഗിച്ച വീണ, പുള്ളുവർക്കു പാടാനുള്ള വാദ്യമായി മാറിയെന്നുമാണ് വിശ്വസിക്കുന്നത്. ദേവേന്ദ്രൻ പിണി ബാധിച്ചുകിടപ്പിലായപ്പോൾ, പുള്ളുവരെ ദേവലോകത്തേക്കുവരുത്തി, അവർക്ക് പിണി ഒഴിപ്പിക്കുന്നതിനും പാട്ടുപാടുന്നതിനും വേണ്ടി വാദ്യോപകരണങ്ങൾ നല്കിയെന്നും അതിൽപ്പെട്ട ഒരു വാദ്യമാണ് പുള്ളുവ വീണയെന്നും മറ്റൊരു കഥയുമുണ്ട് (വിഷ്ണു നമ്പൂതിരി, 2000).

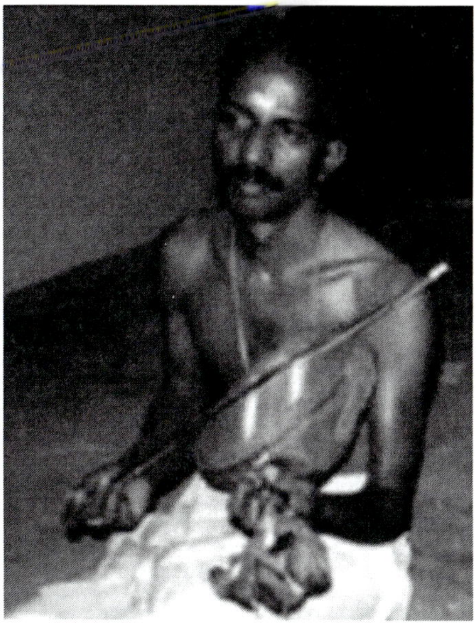

പുള്ളുവവീണ

കുമിഴ്, പ്ലാവ് മുതലായ മരം കൊണ്ടാണ് പുള്ളുവ വീണ നിർമ്മിക്കുന്നത്. ഏകദേശം 24 സെ മീ വട്ടവും 10 സെ മീ താഴ്ചയുമുള്ള മരക്കിണ്ണം, അതിനോടുഘടിപ്പിച്ച്, 36 സെ മീ നീളമുള്ള ഒരു മരത്തണ്ട്, അതിന്റെ അറ്റത്ത് ചരട് മുറുക്കിക്കെട്ടാനുള്ള ശങ്കുപിരി (വിരട) എന്നിവ ഉൾക്കൊള്ളുന്നതാണ് ഇതിന്റെ മരഭാഗം. മരക്കിണ്ണത്തെ ഉടുമ്പിൻ തോലുകൊണ്ടു പൊതിഞ്ഞ് വലിച്ചുമുറുക്കിക്കെട്ടും. ചിറ്റമൃതിന്റെ വള്ളി പാകപ്പെടുത്തിയെടുത്തതാണ് ചരട്. കിണ്ണത്തിന്റെ മുകൾഭാഗത്തുനിന്നും വലിച്ച് ശങ്കുപിരിയിൽ മുറുക്കിക്കെട്ടുന്നു. ഒരു മരക്കഷണം കൊണ്ട് ചരട് ഒരല്പം പൊക്കിനിർത്തിയിരിക്കും. വില്ലുപയോഗിച്ച് ഉരസിയാണ് പുള്ളുവവീണ

വായിക്കുന്നത്. വളരെ കനം കുറഞ്ഞ കവുങ്ങിൻ കഷണത്തിൽ, ചിറ്റമൃതിന്റെ തന്നെ ചരടുകൾ കെട്ടിയുണ്ടാക്കുന്നതാണ് വായിക്കാനുപയോഗിക്കുന്ന ഈ വില്ല്. വില്ലിന്റെ ഒരറ്റത്ത് രണ്ടു ചിലമ്പുകൾ കോർത്തുവെക്കുന്നു. പാട്ടുപാടുമ്പോൾ താളം പിടിക്കാനാണിത്. വീണയുടെ കമ്പി (ചരട്)യിൽ ഇടത്തെ കയ്യിലെ വിരലുകൾ അമർത്തിപ്പിടിച്ച്, വ്യത്യസ്തമായ സ്വരങ്ങൾ ഉണ്ടാക്കുന്നു. ഈ വാദ്യവും പാട്ടിനകമ്പടിയായിട്ടുള്ളതാണ്.

ആരാധന, അനുഷ്ഠാനം, മന്ത്രവാദം എന്നിവയുമായി ബന്ധപ്പെട്ടാണ് പുള്ളുവർ പാട്ടുപാടുന്നത്. നാഗാരാധനയുടെ ഭാഗമായി സർപ്പം പാട്ടു നടത്തുന്നു. നാഗക്കളം, പക്ഷിക്കളം എന്നീ അനുഷ്ഠാനങ്ങളിലും പാട്ടുകളുണ്ട്. നാവേറ്, കണ്ണേറ്, പുള്ളേറ്, ദൃഷ്ടിയൊഴിക്കൽ തുടങ്ങിയ മന്ത്രവാദങ്ങൾക്കുവേണ്ടിയുള്ള പാട്ടുകളും പുള്ളുവർക്കിടയിൽ പ്രചാരത്തിലുണ്ട്. ഇവക്കെല്ലാം പൊതുവെ പുള്ളുവൻപാട്ട് എന്നാണു പറയുക. പുള്ളുവ വീണയാണ് ഇതിനുപയോഗിക്കുന്ന വാദ്യം.

പുള്ളുവക്കുടം

കേരളത്തിലെ പുള്ളുവ സമുദായക്കാർ ഉപയോഗിച്ചുവരുന്ന മറ്റൊരു തന്ത്രിവാദ്യമാണ് പുള്ളുവക്കുടം. പുള്ളുവവീണ പുരുഷന്മാരും പുള്ളുവക്കുടം സ്ത്രീകളും ആണ് ഉപയോഗിക്കുന്നത്. അതിനാൽ ഈ കുടത്തിന് 'പുള്ളോത്തിക്കുടം' എന്ന പേരുമുണ്ട്. ഇതിനു പുള്ളുവപ്പാന എന്ന മറ്റൊരു പേരും കാണുന്നു. പുള്ളുവത്തി, പുള്ളുവനൊപ്പം വീടുവീടാന്തരം കയറിയിറങ്ങി പാട്ടു പാടുന്നു. കൂടാതെ നാഗാരാധനയുടെ ഭാഗമായി നടത്തുന്ന സർപ്പം പാട്ടിനും ഇത് ഉപയോഗിക്കുന്നു.

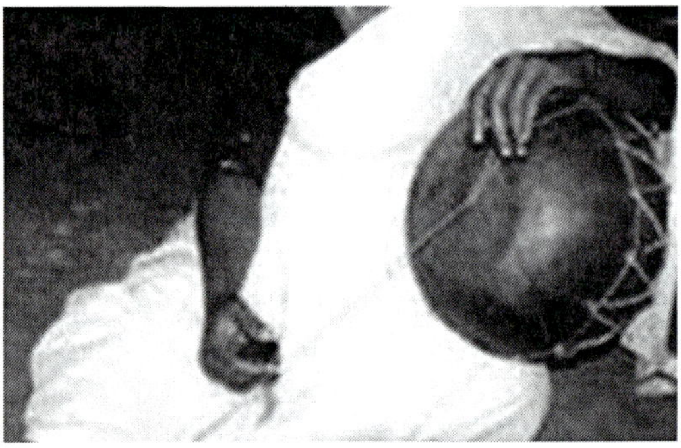

പുള്ളുവക്കുടം

പുള്ളുവക്കുടത്തിന്റെ ഉല്പത്തിയെ ക്കുറിച്ചും ഒരു നാടൻ പുരാവൃത്തം പ്രചരിച്ചു വരുന്നു. ഇതിന് *മഹാഭാരത*കഥയുമായിട്ടാണ് ബന്ധം. ദ്വാപരയുഗത്തിൽ അഗ്നിയുടെ അഭ്യർത്ഥന മാനിച്ച്, കുന്തീപുത്രനായ അർജ്ജുനൻ ഖാണ്ഡവവനം ദഹിപ്പിച്ചപ്പോൾ, ധാരാളം സർപ്പങ്ങളും അതിൽപ്പെട്ട് അഗ്നിക്കിരയായി. ഇതിൽപ്പെട്ട ഒരു സർപ്പം, ഭാഗികമായി പൊള്ളലേറ്റ്, ഇഴയുകയായിരുന്നു. നാഗഞ്ചേരി ഇല്ലത്തെ നാഗം ചിരുതേയി നല്ലമ്മ, കിണറ്റിൽനിന്നും വെള്ളം കോരി കുടത്തിൽ നിറച്ചു

കൊണ്ടിരിക്കേ വളരെ പ്രയാസപ്പെട്ടു നീങ്ങുന്ന ഈ സർപ്പത്തെ കാണുവാനിടയായി. മനസ്സിൽ കനിവു തോന്നിയ നല്ലമ്മ, കോരിവെച്ച വെള്ളം കിണറ്റിലേക്കുതന്നെ ഒഴിച്ച്, ആ കുടത്തിൽ സർപ്പത്തിന് അഭയം നല്കി. ദേഹത്തണിഞ്ഞിരുന്ന മേൽമുണ്ടെടുത്ത്, കുടത്തിന്റെ വായ്ഭാഗം മൂടിക്കെട്ടി, സമീപത്തുള്ള മുല്ലത്തറയിൽ കമിഴ്ത്തി. നിമിഷനേരം കൊണ്ട് അത് ചിത്രകൂടക്കല്ലായി മാറി. എങ്ങോ കിടന്ന സർപ്പത്തെ രക്ഷിച്ച നല്ലമ്മയുടെ പ്രവൃത്തിയിൽ കുപിതരായ ബ്രാഹ്മണർ, അവർക്കു ഭ്രഷ്ടു കല്പിക്കുകയും അവരെ പുറത്താക്കുകയും ചെയ്തു. ഈ സന്ദർഭത്തിൽ ബ്രഹ്മാവിൽനിന്നും അരുളപ്പാടുണ്ടായി. കുടം കൊട്ടിപ്പാടി നടന്നാൽ, സർപ്പപ്രീതി ഉണ്ടാകുമെന്നായിരുന്നു അരുളപ്പാട്. മാത്രമല്ല കുടം ഉണ്ടാക്കുന്നവിധവും അശരീരിയിൽ പറഞ്ഞിരുന്നു. ഈ നല്ലമ്മയുടെ പാരമ്പര്യത്തിൽപ്പെട്ടവരാണ് പുള്ളോത്തികളെന്നും അവർ പാട്ടിനുപയോഗിക്കുന്നത് ബ്രഹ്മാവ് പറഞ്ഞതനുസരിച്ചുണ്ടാക്കിയ കുടമാണെന്നും വിശ്വസിച്ചുവരുന്നു (വിഷ്ണുനമ്പൂതിരി 2000).

അടിഭാഗം തുരന്നെടുത്ത മൺകുടത്തിൽ ആ ദ്വാരം കാളക്കിടാവിന്റെയോ ഉടുമ്പിന്റെയോ തോലുകൊണ്ടടച്ചാണ് പുള്ളുവക്കുടം നിർമ്മിക്കുന്നത്. തോലൊട്ടിച്ച ഭാഗത്ത് രണ്ടു ചെറുദ്വാരങ്ങളുണ്ടാക്കി പനങ്കണ്ണിച്ചരടോ ചകിരി നാര് പിരിച്ചതോ കോർത്ത്, കെട്ടിയിടുന്നു. തോൽ വാറ് പിരിച്ചതും ചരടിനുപയോഗിക്കാറുണ്ട്. ഈ ചരടിന്റെ മറ്റേത്തല കനം കുറഞ്ഞ ഒരു മരവടിയിൽ കെട്ടും. വടി ഇളകാതിരിക്കാൻ വേണ്ടി പുള്ളോത്തി ഇടത്തെ കാലുകൊണ്ട് അമർത്തിപ്പിടിക്കുന്നു. ഈ വടിക്ക് 'മുമ്പിലെ പടി' എന്നാണ് പറയുന്നത്. പുള്ളോത്തി ഇരുന്ന് ഇടത്തെ തുടയിൽ കുടംവെച്ച് ഇടത്തെ കൈ കൊണ്ട് അമർത്തിപ്പിടിക്കുന്നു. തുടർന്ന് ചെറിയ മരക്കഷണമോ മറ്റോ ഉപയോഗിച്ച് ചരടിൽ കമ്പനം ഉണ്ടാക്കി ശബ്ദമുണ്ടാക്കുന്നു. 'ബ്രും ബ്രും' എന്ന വിധത്തിലാണ് നാദം. ഈ നാദത്തിനുയോജിച്ച ശ്രുതിയിലാണ് പാടുന്നത്.

നാഗാരാധനയുടെ ഭാഗമായി നടത്തുന്ന സർപ്പം പാട്ടിലും സർപ്പം തുള്ളലിലും പുള്ളുവക്കുടവും വാദ്യമായി ഉപയോഗിക്കുന്നു. കുട്ടികളിലെ നാവേറൊഴിപ്പിക്കുവാനുള്ള പാട്ടിനും (ശ്രീമഹാദേവന്റെ ശ്രീ പുള്ളോർക്കുടം കൊണ്ട് ഓമന ഉണ്ണീടെ നാവൂറുപാടുന്നേ...) ഇത് ഒരു വാദ്യമാണ്.

തംബുരു

കേരളത്തിലെ തതവാദ്യങ്ങളിൽ വച്ച് ഏറ്റവും പ്രധാനപ്പെട്ട ശ്രുതിവാദ്യമാണ് തംബുരു. കർണ്ണാടക സംഗീതത്തിനകമ്പടിയായിട്ടാണ് ഈ ഉപകരണം മീട്ടുന്നത്. ഇതിന്റെ മരഭാഗം പ്ലാവിന്റെ തടിയിൽനിന്നും ഉണ്ടാക്കുന്നതാണ്. തടിയുടെ ഉൾഭാഗം പൊള്ളയായിരിക്കും. ഇതിന് അർദ്ധഗോളാകൃതിയിൽ കുഴിച്ചുണ്ടാക്കിയ ഒരടിവലുപ്പമുള്ള കുടമുണ്ട്. കുടം ഉൾപ്പെടുന്ന ദണ്ഡ് കനംകുറഞ്ഞതും മൂന്നടിയോളം നീളം വരുന്നതുമാണ്.

തംബുരു

ദണ്ഡിന്മേൽ നാലു 'ബരഡു'കളും ഒരു മരച്ചീളും (ബ്രിഡ്ജ്) നാലുമണിക്കായകളും ഉണ്ടായിരിക്കും. ബരഡുകളിൽ ഘടിപ്പിച്ചിട്ടുള്ള കമ്പികൾ ദണ്ഡിന്റെ മുകളിൽക്കൂടി, കൂടത്തിന്റെ മറ്റേ അറ്റത്തു മുറുക്കിക്കെട്ടിയിരിക്കുന്നു. ഇതിന് 4 കമ്പികളാണുള്ളത്. അവ പിച്ചളകൊണ്ട് നിർമ്മിച്ചിട്ടുള്ളതാണ്. ബ്രിഡ്ജിനും കുടത്തിന്റെ താഴെ ഭാഗത്തിനും ഇടയ്ക്ക് കമ്പിനൂലോ സിൽക്ക് നൂലോ തിരുകിക്കയറ്റിവെക്കുന്നു. ബ്രിഡ്ജിനു പിന്നിലായി ആനക്കൊമ്പിലോ സ്ഫടികത്തിലോ ഉണ്ടാക്കിയിട്ടുള്ള ഓരോ മണിക്കായകൾ ഓരോ കമ്പിയിലും തൂക്കിയിടുന്നു. ശ്രുതിയിൽ വ്യതിയാനങ്ങൾ വരുത്താൻ ഈ മണിക്കായകൾക്കു കഴിയും (രവീന്ദ്രനാഥ് 1997).

കുടം മടിയിൽവെച്ച് കുത്തനെ നിർത്തിയാണ് തംബുരു മീട്ടുന്നത്. ഇടതുകൈ കൊണ്ട് ദണ്ഡുപിടിച്ച് വലതുകയ്യിലെ നടുവിരലും ചൂണ്ടുവിരലും ഉപയോഗിച്ച് നാലുകമ്പികളിലും പതുക്കെ ഒരേ ക്രമത്തിൽ മീട്ടി ശബ്ദമുണ്ടാക്കുന്നു.

കർണ്ണാടക സംഗീതക്കച്ചേരിക്കും സംഗീതാഭ്യസനത്തിനും തംബുരു ഉപയോഗിക്കുന്നു.

ആദിവാസികൾ തംബുരുവിന്റെ ആകൃതിയിൽ മുളകൊണ്ട് സംഗീതോപകരണം ഉണ്ടാക്കിയിരുന്നു. കമ്പിക്കു പകരം തോൽവാർ ഉപയോ

ഗിച്ചിരുന്നു. ഇതിനെ മുളത്തംബുരു എന്നു പറയുന്നു.

വയലിൻ

കേരളത്തിൽ ഏറെ പ്രചാരമുള്ളതും അകേരളീയവുമായ ഒരു വാദ്യോപകരണമാണ്. 'വയലിൻ' (Violine). കർണ്ണാടക സംഗീതത്തിനു പശ്ചാത്തലമായിട്ടുള്ള സംഗീതോപകരണമാണിത്. ഇറ്റലിയുടെ സംഭാവനയായ ഇത് ഒരു സ്വരവാദ്യമാണ് (രവീന്ദ്രനാഥ്. 1997).

വയലിൻ

നേരിയ മരപ്പലകയിൽ മനുഷ്യന്റെ ഉടലാകൃതിയിൽ രൂപപ്പെടുത്തിയിട്ടുള്ളതാണ് 'വയലിൻ.' ഏകദേശം 14 ഇഞ്ച് നീളവും 1 $^1/2$ ഇഞ്ച് കനവും ഉള്ള ഇതിന്റെ ഉൾഭാഗം പൊള്ളയായിരിക്കും. വയലിന്റെ മുകൾഭാഗത്തിന് 8 ഇഞ്ചും താഴ്ഭാഗത്തിന് 6 ഇഞ്ചും മദ്ധ്യത്തിന് 4 $^1/2$ ഇഞ്ചും ആണ് വീതി. ഈ മരഭാഗത്തോടു ചേർന്ന് ഒരു നീളമുള്ള ദണ്ഡ് (Finger Board) ഘടിപ്പിക്കുന്നു. ഇതിന്റെ താഴെ അറ്റത്ത് 4 ബരഡുകൾ വെക്കുന്നു. ഇവ

യിലാണ് കമ്പികൾ കോർത്തുകെട്ടുന്നത്. ബരഡുകളിൽ നിന്നുള്ള കമ്പികൾ ദണ്ഡിന്റെ മുകളിൽക്കൂടി, ഉടലിൽ ഘടിപ്പിച്ചിട്ടുള്ള പലകയിൽ മുറുക്കിക്കെട്ടുന്നു. ഇതിനു താഴെ, ഉടലിൽ ഒരു കനം കുറഞ്ഞ മരക്കഷണം (Bridge) കുറുകെ വെച്ചുപിടിപ്പിച്ചിട്ടുണ്ടാകും. ബ്രിഡ്ജിനുതാഴെ ഉടലിനകത്തായി ഒരു കുഴലും (Sound Post) വെക്കുന്നു. ഉടലിന്റെ മുൻവശത്ത് ശബ്ദമാർഗ്ഗത്തിനായി 'f'ആകൃതിയിൽ തുളയിടുന്നു. ആകെ നാലുകമ്പികളാണ് വയലിനുണ്ടാകുക. കമ്പികളിൽ വില്ലു (Bow) കൊണ്ടുരസിയാണ് ശബ്ദമുണ്ടാക്കുന്നത്. നീണ്ടുരുണ്ട തടിയിൽ കുതിരവാലു കെട്ടി ഉണ്ടാക്കുന്നതാണ് 'Bow'. ഇടതു കൈയിലെ 4 വിരലുകൾ (തള്ളവിരൽ ഒഴികെ) കമ്പികളിൽ അമർത്തി, വലതുകൈയിൽപിടിച്ച 'ബോ' കൊണ്ടു ഉരസിയാണ് വായിക്കുന്നത്. ഇതിൽനിന്നും സപ്തസ്വരങ്ങൾ നല്ല നാദമായിത്തന്നെ ഉതിരും.

കർണ്ണാടക സംഗീതക്കച്ചേരിയുടെ പക്കമേള വാദ്യോപകരണമാണ് വയലിൻ. വയലിൻ മാത്രം കച്ചേരി (വയലിൻ കച്ചേരി) ചെയ്യുന്ന രീതി സർവ്വസാധാരണമാണ്. കേരളീയ നൃത്തകലയായ മോഹിനിയാട്ടത്തിന്റെ പക്കമേളത്തിലും ഈ സംഗീതോപകരണത്തിനു സ്ഥാനമുണ്ട്. സ്വാതി തിരുനാൾ ഹിന്ദുസ്ഥാനി സംഗീതത്തിനാവശ്യമായ രീതിയിൽ വയലിൻ പോലെ രൂപകല്പന ചെയ്ത ഉപകരണമാണ് 'സ്വരബതി'.

ഓണവില്ല്

കേരളത്തിന്റെ ദേശീയോത്സവമായ ഓണക്കാലത്ത് പാടുന്ന ഓണപ്പാട്ടുകളുടെ അകമ്പടിവാദ്യമാണ് ഓണവില്ല്. തികച്ചും ലളിതമായ വാദ്യമാണിത്. ഇതൊരു താളവാദ്യമാണ്. തിരുവോണനാളിൽ മുറ്റത്തു തൃക്കാക്കരപ്പനെവെച്ചു പൂജിക്കുമ്പോൾ, സവർണ്ണജനവിഭാഗങ്ങൾ ഓണവില്ല് ഉപയോഗിക്കുന്നു. ആതവനാട്ടെ ആഴ്വാഞ്ചേരി തമ്പ്രാക്കളുടെ മനയിൽ അത്തം മുതൽ തിരുവോണം വരെയുള്ള പത്തു ദിവസവും തൃക്കാക്കരപ്പനെ പൂജിക്കാൻ ഓണവില്ലു കൊട്ടി പാടുന്ന രീതിയുണ്ട്.

ഓണവില്ല്

മുളയുടേയോ കവുങ്ങിന്റെയോ ചൂണ്ടപ്പനയുടെയോ ഒരു പാളി വളച്ച് അതിൽ കനം കുറഞ്ഞ മുളന്തണ്ട് ഉറപ്പിക്കുന്നു. അതിൽ തട്ടാൻ ഒരു ചെറിയ മുളന്തണ്ടുകൂടി ആയാൽ ഈ വാദ്യമായി. ഓണക്കാലത്ത് കുട്ടി

കൾക്കു കളിക്കുന്നതിനും 'ഓണവില്ല്' ഉപയോഗിക്കുന്നു. ഓണവില്ല്, അലക്കിയ വസ്ത്രം, കൃഷ്ണപ്പാട്ടു ഗ്രന്ഥം എന്നിവ ചിങ്ങമാസത്തിൽ എല്ലാ ദിവസവും പടിഞ്ഞാറ്റിയിൽ വെക്കുന്ന പതിവ്, പല തറവാടുകളിലും കാണാം. 'ചിറ്റാടയും ചെറുചിലമ്പുമൊരോണവില്ലും' എന്നൊരു പരാമർശവും കാണുന്നു (വിഷ്ണുനമ്പൂതിരി 2000).

ഓണക്കാലത്ത് തൃശൂരിലും പരിസരപ്രദേശങ്ങളിലും അരങ്ങേറിവരുന്ന കുമ്മാട്ടിക്കളിയുടെ പ്രധാനവാദ്യം ഓണവില്ലാണ്.

"പണ്ടൊരു മുനിവരൻ ഹോമം ചെയ്തു
ഹോമത്തിന്മേൽ കല്ലുമുളച്ചു
കല്ലിൻമീതെ പീഠം മുളച്ചു
പീഠത്തിന്മേൽ വാളുമുളച്ചു
വാളെടുത്തവൻ അട്ടഹസിച്ചു
കാളീകാളീ എന്നു വിളിച്ചു
കണ്ടൻ കാളി വിളിയും കേട്ടു
ചെന്നു കയ്യേറി കൊടുങ്ങല്ലൂരിൽ
ഗോപുരമെഴുവലത്തും വെച്ചു."

എന്നിങ്ങനെയുള്ള പാട്ടുകൾ പാടി, കളിക്കുമ്പോൾ, താളമിടാൻ ഓണവില്ലാണുപയോഗിക്കുന്നത്.

ഉത്തരമലബാറിൽ കണ്ണൂർ ജില്ലയിൽ മാത്രം അരങ്ങേറി വരുന്ന അനുഷ്ഠാനമാണ് ഓണത്താർ. ചിങ്ങമാസത്തിലെ ഉത്രാടം, തിരുവോണം എന്നീ നാളുകളിൽ മഹാബലി (ഓണത്തപ്പൻ) സങ്കല്പത്തിലുള്ള ഈ കോലം വീടുവീടാന്തരം കയറിയിറങ്ങി ആടുന്ന പതിവുണ്ട്. വലതുകയ്യിൽ 'മണി'യും ഇടതുകയ്യിൽ ഓണവില്ലും അമ്പും പിടിച്ചുകൊണ്ടാണ് എത്തുന്നത്.

"ഒച്ചകൊള്ളും മണികൊട്ടിനന്നായ്
ചേർച്ചയോടങ്ങു വലത്തുകയ്യിൽ
ഓണവില്ലമ്പോടിടത്തു കൈമ്മൽ
ഓലക്കണയും പിടിച്ചുനന്നായി..."

എന്നിങ്ങനെ തോറ്റംപാട്ടിൽ ഓണവില്ലിനെക്കുറിച്ച് പരാമർശിക്കുന്നുണ്ട്. ഇതിൽ ഓണവില്ല് വാദ്യമായിട്ടല്ല ഉപയോഗിക്കുന്നത്.

വില്ല്

അതിപ്രാചീനമായ തതവാദ്യമാണ് വില്ല്. ആദിമ ഗോത്രജനതയുടെ ജീവിതത്തിൽനിന്നും രൂപപ്പെട്ട വാദ്യമായിട്ടാണ് ഇതിനെ കണക്കാക്കുന്നത്. വില്ല്, ലളിതമായൊരു താളവാദ്യമാണ്. പാട്ടിന്നകമ്പടിയായി ഇത് ഉപയോഗിക്കുന്നു.

മുള, പന, കവുങ്ങ് എന്നിവയുടെ കനം കുറഞ്ഞ പാളി വളച്ച്, അതിന്റെ രണ്ടറ്റവും വള്ളികൾകൊണ്ടോ മുള നാരുകൊണ്ടോ യോജിപ്പി

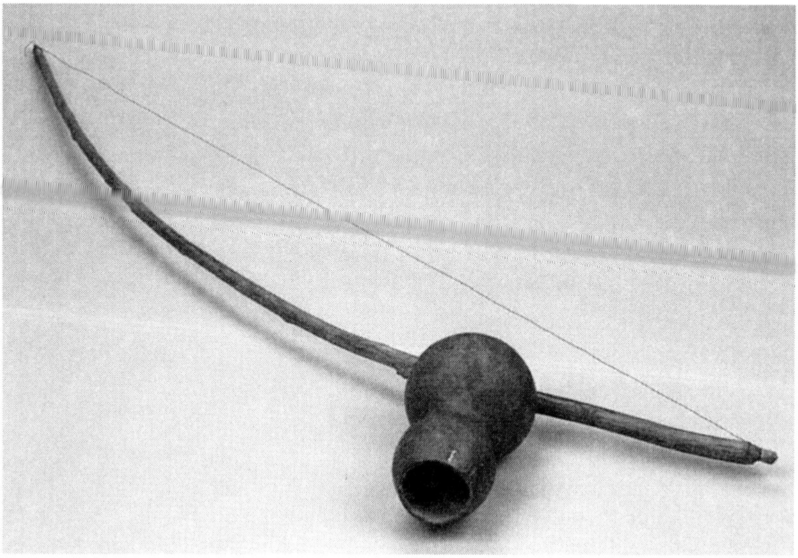

വില്ല്

ച്ചാണ് വില്ല് ഉണ്ടാക്കുന്നത്. ചെറിയ മുളങ്കോലുകൊണ്ടോ കമ്പുകൊണ്ടോ, 'ഞാണി'ൽ തട്ടി ശബ്ദം ഉണ്ടാക്കുന്നു. ചെറുതും വലുതുമായ വില്ലുകൾ പ്രചാരത്തിലുണ്ട്. ആദിവാസികൾക്കിടയിലും പാണന്മാരുടെ കയ്യിലും ചെറിയ വില്ലുകളാണുള്ളത്. എന്നാൽ വില്ലടിച്ചാൻ പാട്ടിനുപയോഗിക്കുന്ന വില്ലിന് വലിപ്പം കൂടുതലാണ്. മാത്രമല്ല, അതിൽ മണികൾ കെട്ടിയിട്ടു ണ്ടാകും. ചെറിയ വടികൊണ്ട് തട്ടുമ്പോൾ, വില്ലിന്റെ നാദത്തോടൊപ്പം മണിനാദവും ഉയരുന്നു.

ആദിവാസി വിഭാഗത്തിൽപ്പെട്ട ഊരാളി, ഉള്ളാടൻ എന്നിവർക്കിട യിലാണ് 'വില്ല്' വാദ്യമായിട്ടുള്ളത്. അവരുടെ പാട്ടിനൊപ്പം ഇതുപയോ ഗിക്കുന്നു. മലബാറിൽ ഓണക്കാലത്ത് പാണന്മാർ വില്ലുകൊട്ടിപ്പാടി വീടു കൾതോറും കയറിയിറങ്ങുന്ന രീതി ഉണ്ടായിരുന്നു.

തെക്കൻ തിരുവിതാംകൂറിലെ ഹിന്ദുനാടാർ സമുദായക്കാരും പാല ക്കാട് ജില്ലയിലെ കുശവസമുദായക്കാരും നടത്തിവരുന്ന വില്ലടിച്ചാൻ പാട്ട് (വില്ലടിപ്പാട്ട്) എന്ന കഥാഗാന കലാരൂപത്തിന്റെ പ്രധാനമായ വാദ്യം വില്ലാ ണ്. അടുത്ത കാലത്തായി, വില്ലിന്മേൽ തായമ്പക എന്ന വാദ്യകലയും അവതരിപ്പിച്ചുവരുന്നുണ്ട് (ശശിധരൻ 2012).

മുഖർശംഖ്

തന്ത്രിവാദ്യങ്ങളുടെ കൂട്ടത്തിൽ പറഞ്ഞുവരുന്ന ഒരു സംഗീതോപ കരണമാണ് 'മുഖർശംഖ്.' ഉത്തരേന്ത്യക്കാർ ഇതിനെ 'മോർസിങ്' എന്നു വിളിക്കുന്നു. ഇതൊരു താളവാദ്യമാണെങ്കിലും തനിച്ച് ഉപയോഗിക്കാറില്ല.

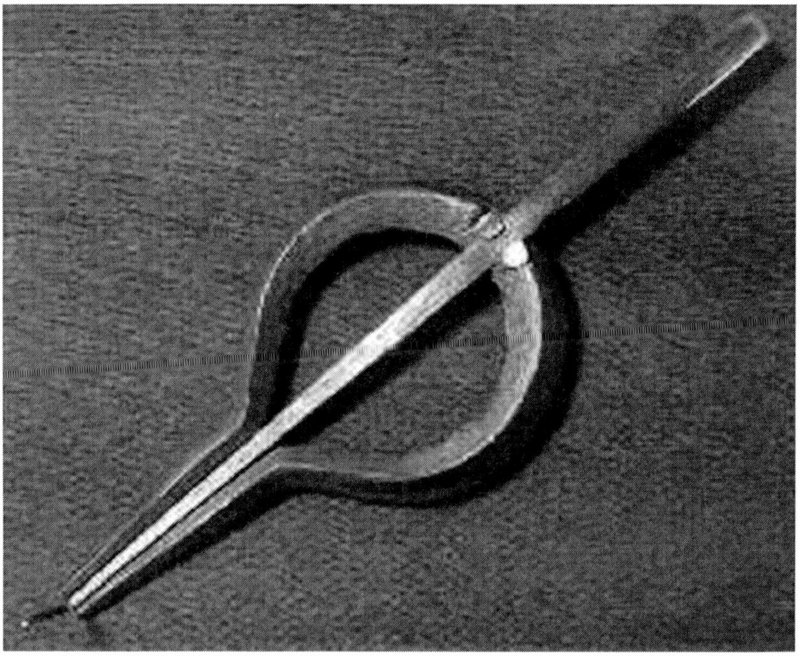

മുഖർശംഖ്

മൃദംഗത്തിന് ഉപവാദ്യമായിട്ടാണ് ഉപയോഗിച്ചുവരുന്നത്.

അല്പം പരന്നതും ബലമുള്ളതുമായ ഉരുക്കുതകിടിനെ അരയാലിന്റെ ഇലയുടെ ആകൃതിയിൽ വളച്ചിട്ടുള്ളതും രണ്ടഗ്രങ്ങളുടെയും ഇടയിൽ കൂടി വേറൊരു ഉരുക്കുകമ്പി ഉറപ്പിച്ചിട്ടുള്ളതുമായ സംഗീതോപകരണ മാണ് 'മുഖർശംഖ്' (വെങ്കിടസുബ്രഹ്മണ്യയ്യർ 1990). നടുക്കുള്ള കമ്പി യുടെ അഗ്രം സ്വല്പം വളഞ്ഞിരിക്കുന്നു. ഇതിന്റെ നീണ്ടിരിക്കുന്ന കമ്പി യുടെ ഭാഗത്തെ ചുണ്ടുകൾ കൊണ്ടമർത്തി, മദ്ധ്യത്തിലുള്ള കമ്പിയുടെ വളഞ്ഞ അറ്റത്തെ വിരൽകൊണ്ടടിച്ച് ശബ്ദമുണ്ടാക്കുന്നു (വെങ്കിടസുബ്ര ഹ്മണ്യയ്യർ 1990).

'ജൂഡ് ഹാർപ്പ്' എന്ന ജൂതന്മാരുടെ സംഗീതോപകരണത്തെ പരി ഷ്കരിച്ചുണ്ടാക്കിയതാണ് ഈ സംഗീതോപകരണം എന്നൊരഭിപ്രായമു ണ്ട് (ജോസഫ് 2007). കർണ്ണാടക സംഗീതക്കച്ചേരികളിൽ മൂന്നാമത്തെ താളവാദ്യം എന്ന നിലയ്ക്ക് ഇത് ഉപയോഗിച്ചുവരുന്നു.

കുടുക്കവീണ

മദ്ധ്യകേരളത്തിൽ വിശിഷ്യ എറണാകുളം ജില്ലയിലെ ചില പ്രദേശ ങ്ങളിൽ മാത്രം പ്രചാരത്തിലുള്ള തന്ത്രിവാദ്യമാണ് കുടുക്കവീണ. തൃപ്പൂ

ണിത്തുറയ്ക്കടുത്ത് രാമമംഗലം ദേശത്താണ് ഈ വാദ്യോപകരണം ഉണ്ടായത് (ജോസഫ് 2007). ഇതൊരു ഒറ്റക്കമ്പിവീണയാണ്. മാരാർ വിഭാഗക്കാരാണ് ഈ ഉപകരണം ഉപയോഗിച്ചിരുന്നത്. ഒരു കാലത്ത് മൂവാറ്റുപുഴ താലൂക്കിലെ എല്ലാ മാരാർ കുടുംബങ്ങളിലും കുടുക്കവീണ ഉണ്ടായിരുന്നതായി പറയപ്പെടുന്നു.

നാളികേരത്തിന്റെ മുഴുവൻ ചിരട്ടയുടെ നടുവിലൂടെ കടഞ്ഞെടുത്ത ഉരുളൻ ദണ്ഡ് കയറ്റി ചിരട്ടയുടെ [illegible]ത്തിലൂടെ ഒരു കമ്പിയോ ഈറമ്പനയുടെ നാരോ ഈ ദണ്ഡിൽ പിടിപ്പിക്കുന്നു.. കമ്പിയുടെ മറ്റേ അറ്റം പാതി ചിരട്ടയുടെ മൂടുഭാഗം തുരന്ന് രണ്ടു തോൽക്കഷണത്തിലും കെട്ടണം. പാതി ചിരട്ട, ഇടത്തേ തോളിലും മുഴുവൻ ചിരട്ട ഇടത്തെ കയ്യിലും, കമ്പി പരമാവധി വലിഞ്ഞു മുറുക്കുന്ന വിധം പിടിച്ച്, അതിൽ ഈർക്കിൽ കൊണ്ടോ വളരെ കനം കുറഞ്ഞ കമ്പുകൊണ്ടോ അടിച്ച്, ശബ്ദമുണ്ടാക്കുന്നു. തന്ത്രി അയച്ചും മുറുക്കിയും ശബ്ദവ്യതിയാനം വരുത്താൻ കഴിയും.

ഷഡ്ക്കാല ഗോവിന്ദമാരാർ ഉപയോഗിച്ചിരുന്നതായി പറയപ്പെടുന്ന കുടുക്കവീണയിൽ, എല്ലാ രാഗങ്ങളും ആവിഷ്കരിക്കാൻ കഴിയും. ഇതിൽ കച്ചേരി അവതരിപ്പിക്കുകയാണ് പതിവ്. കേരളീയ കലകളിൽ ഈ നാടൻ വാദ്യം ഉപയോഗിക്കുന്നില്ല. എന്നാൽ തെക്കൻ കേരളത്തിലെ കുട്ടികൾ ഈ വാദ്യം ഉപയോഗിച്ച് പാട്ടുപാടാറുണ്ട് (ജനാർദ്ദനൻ. 2008).

ഗോട്ടുവാദ്യം

തന്ത്രിവാദ്യം എന്ന നിലയ്ക്കു ഏറെ ശ്രദ്ധേയമായ സംഗീതോപകരണമാണ് 'ഗോട്ടുവാദ്യം'. ഇതിനെ 'മഹാനാടക വീണ' എന്നും വിളിക്കുന്നു (രവീന്ദ്രനാഥ്. 1997: 132). ഈ വാദ്യത്തിനു 400 കൊല്ലത്തെ പഴക്കമാണ് കല്പിക്കപ്പെടുന്നത്. കാഴ്ചയിൽ വീണയെപ്പോലെ തോന്നിക്കുമെങ്കിലും ഇതിനു വീണയേക്കാൾ കനം കുറയും. കമ്പികൾക്ക് വീണയുടേതിനേക്കാൾ മുറുക്കം ഉണ്ട്. മെഴുകുകൊണ്ടുള്ള വരമ്പുകളോ, മെട്ടുകളോ ഇതിൽ ഇല്ല. സ്വതന്ത്രമായ കമ്പനം, ദണ്ഡിനുണ്ട്.

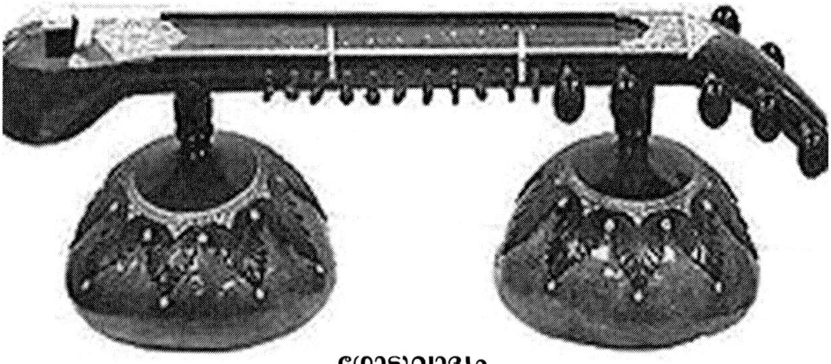

ഗോട്ടുവാദ്യം

സ്വാതിതിരുനാളിന്റെ കാലത്ത് ഉപയോഗിച്ചിരുന്ന തന്ത്രിവാദ്യങ്ങളിൽ ഗോട്ടുവാദ്യവും കാണുന്നു. മാത്രമല്ല തിരുവിതാംകൂറിൽ ഉപയോഗിച്ചിരുന്ന സംഗീതോപകരണങ്ങളുടെ കൂട്ടത്തിൽ ഗോട്ടുവാദ്യം ഉള്ളതായി ആർ വി പൊതുവാൾ (Music in Travancore) രേഖപ്പെടുത്തിയിട്ടുണ്ട് (ഹരിഗോവിന്ദൻ. 2005 84).

പ്ലാവിൻ തടിയിൽ നിർമ്മിച്ച ഒരു വലിയ കുടവും ദണ്ഡും ഒരു ചെറിയ കുടവുമാണ് ഇതിനുള്ളത്. വീണയുടേതുപോലെയാണ് ആകൃതി. എന്നാൽ കമ്പികളുടെ എണ്ണവും ബരഡുകളുടെ എണ്ണവും വീണയേക്കാൾ കൂടുതലായിരിക്കും. വായിക്കുന്നതിന് 5 കമ്പികളും 3 താളക്കമ്പികളും വേറെയും ചിലകമ്പികളും കാണാം. വലിയ കുടത്തിന്റെ പരന്ന മുകൾത്തട്ടിനുമദ്ധ്യത്തിലായി മരംകൊണ്ടുള്ള ഉയരംകൂടിയ ഒരുബ്രിഡ്ജ് (Bridge) ഉണ്ട്. വായിക്കുന്ന കമ്പികൾ അഞ്ചും ഈ പ്രധാന ബ്രിഡ്ജിന്റെ മീതെക്കൂടി വലിയ കുടത്തിന്റെ അറ്റത്തുള്ള 'ലങ്കർ' കമ്പികളോട് ഘടിപ്പിച്ചിരിക്കും. പ്രധാന ബ്രിഡ്ജിന്റെ അരികിലായി 'side bridge' ഉണ്ട്. താളക്കമ്പികൾ, 'ലങ്കർ' കമ്പികളോടു ഘടിപ്പിച്ചിരിക്കുന്നത് ഈ 'Side Bridge'ൽ കൂടിയാണ്. അനുരണനത്തിനുള്ള കമ്പികൾ മറ്റൊരു ചെറിയ Bridgeന്റെ മുകളിലൂടെ വലിയ കുടത്തിന്റെ അറ്റത്തു ഘടിപ്പിച്ചിരിക്കുന്നു. വായിക്കുന്ന കമ്പികൾക്ക് സാരണ, പഞ്ചമം, മന്ദ്രം, അനുമന്ദ്രം എന്നിങ്ങനെയാണ് പേരുകൾ (രവീന്ദ്രനാഥ്. 1997).

വായിക്കുന്ന ആളുടെ മുമ്പിൽ നിലത്തുകിടത്തിവെച്ചുകൊണ്ടാണ് ഗോട്ടുവാദ്യം വായിക്കുന്നത്. കുഴൽരൂപത്തിലുള്ള ഒരു ഉരുളൻ മരക്കഷണമാണ് കമ്പികളിൽ ഉരസുന്നത്. അതോടൊപ്പം വലതുകൈവിരലുകളും മീട്ടാൻ ഉപയോഗിക്കുന്നു.

സംഗീതത്തിനകമ്പടിയായിട്ടാണ് ഗോട്ടുവാദ്യം ഉപയോഗിക്കുന്നത്. വിളംബിതകാലത്തിലുള്ള പാട്ടുകൾക്കാണ് ഈ വാദ്യം ഏറ്റവും നന്നായി ചേരുന്നത് (രവീന്ദ്രനാഥ് 1997). ഗോട്ടുവാദ്യക്കച്ചേരിയും പതിവുണ്ട്.

ഗത്തുവാദ്യം

പ്രാചീന കേരളത്തിൽ പ്രചാരത്തിലുണ്ടായിരുന്ന തന്ത്രിവാദ്യമാണിത്. മൂന്നുപടികൾപോലെയുള്ള ഓരോന്നിലും മൂന്നുവീതം കമ്പികൾ ഘടിപ്പിച്ച രീതിയിലുള്ളതാണ് ഈ വാദ്യം.

ഈ കമ്പികളിൽ കമ്പുകൊണ്ട് അടിച്ചാണ് ശബ്ദം ഉണ്ടാക്കിയിരുന്നത്. ഇന്ന് ഇത് തീരെ പ്രചാരത്തിലില്ല.

3

അവനദ്ധവാദ്യങ്ങൾ

'**അ**വനദ്ധം' എന്ന പദത്തിന് അടച്ചുകെട്ടിയത്. 'മൂടിക്കെട്ടിയത്' എന്നൊക്കെയാണർത്ഥം. പശു, കാള, പോത്ത്, ഉടുമ്പ് തുടങ്ങിയ ഏതെങ്കിലും മൃഗങ്ങളുടെ തോലുകൊണ്ട് മൂടിക്കെട്ടി, കൈകൾ കൊണ്ടോ കോലുകൾ കൊണ്ടോ അടിച്ചുശബ്ദമുണ്ടാക്കുന്നവയാണ് അവനദ്ധവാദ്യങ്ങൾ (Purcussion Instruments). ഇതിനെ 'ചർമ്മവാദ്യങ്ങൾ' എന്നും വിളിക്കുന്നു. വാദ്യങ്ങളിൽ ഏറ്റവും കൂടുതൽ കാണുന്നത് അവനദ്ധവാദ്യങ്ങളാണ്. ഇവയെല്ലാം 'താളവാദ്യങ്ങൾ' എന്ന ഗണത്തിൽ വരുന്നു.

അവനദ്ധവാദ്യങ്ങളുടെ ഉല്പത്തിയെപ്പറ്റി ഭരതമുനി *നാട്യശാസ്ത്ര*ത്തിൽ ഒരു കഥ പറയുന്നുണ്ട്. ഒരിക്കൽ അദ്ധ്യയനമില്ലാത്ത മഴക്കാർ മൂടിക്കെട്ടിയ ഒരു നാളിൽ സ്വാതി മഹർഷി ഒരു താമരപ്പൊയ്കയിലേക്കു വെള്ളം കൊണ്ടുവരാനായി പോയി. അദ്ദേഹം പൊയ്കയിലെത്തിയപ്പോഴേക്കും ശക്തമായ മഴ പെയ്തു തുടങ്ങി. താമരയിലകളിൽ മഴത്തുള്ളികൾ വീഴുമ്പോഴുണ്ടാകുന്ന മനോഹരമായ ശബ്ദം സ്വാതിമഹർഷിയെ ആശ്ചര്യഭരിതനാക്കി. കേൾവിക്ക് ഇമ്പമുള്ള ശബ്ദം. അതിൽനിന്നും കിട്ടിയ പ്രചോദനത്തിന്റെ ഫലമായി സ്വാതിമഹർഷി, വിശ്വകർമ്മാവിന്റെ സഹായത്തോടുകൂടി നിർമ്മിച്ചവയാണ് മൃദംഗാദികളായ അവനദ്ധവാദ്യങ്ങൾ എന്നാണ് കഥ (നാരായണപിഷാരോടി: 1987).

തോൽ മൂടിക്കെട്ടിയതിന്റെ അടിസ്ഥാനത്തിൽ അവനദ്ധവാദ്യങ്ങളെ മൂന്നായി തരംതിരിക്കാം.

1. രണ്ടു ഭാഗവും തോൽകൊണ്ടു മൂടിക്കെട്ടിയവ. മൃദംഗം, മദ്ദളം, ഇടയ്ക്ക, തുടി, തിമില, ഉടുക്ക് എന്നിവ ഉദാഹരണങ്ങൾ. ചെണ്ടവർഗ്ഗത്തിൽപ്പെട്ട വാദ്യങ്ങളും (ഉരുട്ടുചെണ്ട, വീക്കൻ ചെണ്ട, പറച്ചെണ്ട, മുറിച്ചെണ്ട, ചെറുചെണ്ട, ആനച്ചെണ്ട തുടങ്ങിയവ) ഇക്കൂട്ടത്തിൽ വരുന്നു.

2. ഒരു ഭാഗത്തുമാത്രം തോൽ കൊണ്ടുമൂടിക്കെട്ടിയവ. മിഴാവ്, പുള്ളവമിഴാവ്, പഞ്ചമുഖ മിഴാവ് തുടങ്ങിയവ ഇക്കൂട്ടത്തിൽ വരുന്നു.
3. ഒരു ഭാഗം മൂടിക്കെട്ടിയതും മറ്റേഭാഗം തുറന്നിരിക്കുന്നതുമായവ. അറബന, തപ്പ്, ദഫ് തുടങ്ങിയ വാദ്യങ്ങൾ ഇതിൽപ്പെടുന്നു.

നാട്യശാസ്ത്രത്തിൽ അവനദ്ധവാദ്യങ്ങളെ മറ്റൊരു വിധത്തിലാണ് വിഭജിച്ചിരിക്കുന്നത്. അതും മൂന്നുവിധം. അവ,

1. മടിയിൽ വെച്ചു വായിക്കേണ്ടവ (അങ്ക്യങ്ങൾ). മൃദംഗമാണ് ഇതിനുദാഹരണം.
2. എടുത്തുപൊക്കി പ്രയോഗിക്കേണ്ടവ (ആലിംഗ്യങ്ങൾ). ചെണ്ട, വീക്കൻ ചെണ്ട, മദ്ദളം, തിമില, ഇടയ്ക്ക, തുടി തുടങ്ങിയവ ഈ വിഭാഗത്തിൽ വരുന്നു. അവനദ്ധവാദ്യങ്ങളിൽ കൂടുതലായും കാണുന്നത് ഈ വിഭാഗത്തിൽ പെടുന്നവയാണ്.
3. നിലത്തു ഊർദ്ധ്വമുഖമാക്കി വെച്ചുകൊട്ടേണ്ടവ (ഊർദ്ധ്വകങ്ങൾ). മിഴാവ്, പുള്ളുവമിഴാവ്, പെരുമ്പറ (നഗരാവ്) തുടങ്ങിയവ ഇക്കൂട്ടത്തിൽ പെടുന്നു.

ചെണ്ട

കേരളത്തിൽ ഏറ്റവും കൂടുതൽ പ്രചാരത്തിൽ ഉള്ള ചർമ്മവാദ്യമാണ് ചെണ്ട. ഇതിനെ ഉരുട്ടുചെണ്ട എന്നു പറയും. വീക്കൻ ചെണ്ട, മുറിച്ചെണ്ട, പറച്ചെണ്ട, എന്നിങ്ങനെ പലതരത്തിലുള്ള ചെണ്ടകളുണ്ടെങ്കിലും 'ചെണ്ട' എന്നു പറയുന്നത് ഉരുട്ടുചെണ്ടയെയാണ്. ആധികാരിക സംഗീത ഗ്രന്ഥങ്ങളിലൊന്നുംതന്നെ ചെണ്ടയെക്കുറിച്ചുള്ള പരാമർശം കാണുന്നില്ല. ചെണ്ട ഒരു താളവാദ്യമാണ്.

ചെണ്ട, ദ്രാവിഡമായൊരു ചർമ്മവാദ്യമാണെന്നുള്ള നിരീക്ഷണം കാണുന്നു. മലയാളത്തിൽ മാത്രമല്ല, തമിഴ്, തുളു എന്നീ ഭാഷകളിലും ചെണ്ട എന്ന പദം പ്രചാരത്തിലുണ്ട്. ചെണ്ടയ്ക്ക് തമിഴിൽ ഒരുതരം വലിയ ചർമ്മവാദ്യം എന്നർത്ഥമാണുള്ളത്. തുളുവിലാകട്ടെ ഇതിന് 'Kettle drum' എന്നും അർത്ഥം പറഞ്ഞിരിക്കുന്നു. സംസ്കൃതത്തിൽ ചെണ്ട എന്ന പദം ഇല്ല. ശൗണ്ഡി, ഡിംഡിമം, ഝർജഝരി, ഭേരി, ദുന്ദുഭി, ഝല്ലരി എന്നീ സംസ്കൃതപദങ്ങൾ ചെണ്ടയുടെ പര്യായപദങ്ങളായിട്ടോ സമാനപദങ്ങളായിട്ടോ ആണ് പ്രയോഗിച്ചിരിക്കുന്നത്. ഇതിൽ ചെണ്ടയ്ക്ക് പര്യായമായി 'ഡിംഡിമം' എന്ന പദം അമരകോശത്തിൽ കാണുന്നത് ഏറെ സ്വീകാര്യമാണ്. 'ഡിംഡിം അല്ലെങ്കിൽ ഡിണ്ഡി' എന്ന ശബ്ദമായിരിക്കാം ഡിംഡിമം എന്ന ശബ്ദനിഷ്പത്തിക്കുകാരണം. കോലുകൊണ്ടു കൊട്ടുമ്പോൾ ചെണ്ടയുടെ ശബ്ദവും ഇതുപോലെയാണല്ലോ.

പല ഗ്രന്ഥങ്ങളിലും ചെണ്ടയെക്കുറിച്ച് പരാമർശമുണ്ട്. സംസ്കൃത താന്ത്രിക ഗ്രന്ഥമായ *ഉഡ്ഢശമന്ത്രോദയം* എന്നതിൽ ചെണ്ടയുടെ വാദന സമ്പ്രദായത്തെ കുറിച്ചുള്ള പ്രസ്താവമുണ്ടെന്ന് പറയപ്പെടുന്നു. ഉണ്ണുനീലി സന്ദേശത്തിൽ കാണുന്ന 'ശൗണ്ഡി' എന്ന വാദ്യം ചെണ്ടയാണെന്ന

ചെണ്ട

പക്ഷമുണ്ട്. ജനകീയ കവിയായ കുഞ്ചൻ നമ്പ്യാരുടെ തുള്ളൽ കൃതികളിൽ ചെണ്ടയെക്കുറിച്ച് നിരവധി പരാമർശങ്ങളുണ്ട്. മാത്രമല്ല ചെണ്ടയുടെ നാടോടിസംസ്കാരത്തെ [illegible] ശൈലി കളുമായി അദ്ദേഹം അവതരിപ്പിച്ചിട്ടുണ്ട്. ചെണ്ടതത്തം, ചെണ്ടപിണയുക, ചെണ്ട കൊട്ടിക്കുക, ചെണ്ടക്കാരൻ, ചെണ്ടകൊട്ടിത്തരം എന്നിങ്ങനെ ഉദാഹരണങ്ങൾ എത്ര വേണമെങ്കിലും തുള്ളൽ കൃതികളിൽ നിന്നും ലഭിക്കും.

ആദിവാസികൾ തൊട്ട് ബ്രാഹ്മണർവരെയുള്ള ജനവിഭാഗങ്ങൾ ഉപയോഗിച്ചുവരുന്നൊരു വാദ്യമാണ് ചെണ്ട. ഇത് നാടോടി ജീവിതത്തിന്റെ അവിഭാജ്യ ഘടകമാണ്. ക്ഷേത്രങ്ങളിൽ ചെണ്ട കൊട്ടുന്നതിന് 'മാരാർ' സമുദായത്തെ നിശ്ചയിച്ചിരിക്കുന്നു. 'മാരാർ' അന്തരാള വർഗ്ഗത്തിൽ പെട്ടവരാണ്.

ചെണ്ടയുടെ പ്രധാന അവയവം മരക്കുറ്റിയാണ്. കുറ്റിയുണ്ടാക്കുന്നത് പ്ലാവിൻ തടി കൊണ്ടാണ്. പന, കൊന്ന, കുമിൾ, പേരാൽ, അരയാൽ, കരിങ്ങാലി എന്നീ മരങ്ങൾ കൊണ്ടും ചെണ്ടക്കുറ്റി ഉണ്ടാക്കാം. കൂട്ടുലോഹമായ ഓടുകൊണ്ടും ചെണ്ടകുറ്റി ഉണ്ടാക്കിയിരുന്നതായി പറയപ്പെടുന്നു. ചെണ്ടക്കുറ്റിയുടെ നീളം 18 $^{1}/4$ വിരൽ ആണ്. ഉൾവ്യാസം 9 $^{1}/4$ – 9 $^{3}/4$ വിരൽ എന്നുള്ളതാണു കണക്ക്. പശുവിന്റെയോ കാളയുടെയോ തോൽ കൊണ്ടാണ് കുറ്റിയുടെ രണ്ടഗ്രങ്ങളും മൂടുന്നത്. ചെണ്ടവട്ടത്തിന് ഉറപ്പുകിട്ടാൻ, ചെറിയ ദ്വാരങ്ങൾ ഉണ്ടാക്കി അതിലൂടെ ചണത്തിന്റെ കയർ വരിഞ്ഞുകെട്ടുന്നു. ഈ രീതിയിലാണ് രണ്ടു ചെണ്ടവട്ടങ്ങളും തമ്മിൽ യോജിപ്പിക്കുന്നത്. ഇടന്തല, വലന്തല എന്നിങ്ങനെ ചെണ്ടവട്ടങ്ങൾക്കു പേരുകൾ പറയുന്നു. 'ഇടന്തല' ഇരുനിറത്തോടു കൂടിയതും 'വലന്തല' പ്രായേണ വെളുത്തതുമാണ്. മംഗളകർമ്മങ്ങൾക്ക് വലന്തലയാണ് കൊട്ടുക. മറ്റു സന്ദർഭങ്ങളിലെല്ലാം ഇടന്തല കൊട്ടുന്നു. ചെണ്ട കൊട്ടാനുള്ള കോലുകൾ പുളി, മന്ദാരം, മുള എന്നിവയുടെ ചെറിയ കമ്പുകൾ കൊണ്ടാണ് ഉണ്ടാക്കുന്നത്. ചെണ്ടക്കോലിന്റെ പിടിക്കുന്ന ഭാഗം കനം കൂടിയതും ചെണ്ടയിൽ ശബ്ദമുണ്ടാക്കുന്ന ഭാഗം കനം കുറഞ്ഞ് ഒരല്പം

വളഞ്ഞതുമായിരിക്കും. രണ്ടു കോലുകൾകൊണ്ട് അടിച്ചാണ് ചെണ്ട കൊട്ടുന്നത്. കോലിനുപകരം ഇടതുകൈ കൊണ്ടും ചെണ്ടകൊട്ടാറുണ്ട്. ചെണ്ട ഇടതുതോളിലിട്ടാണ് കൊട്ടുന്നത്.

കേരളത്തിലെ കാവുകളിലും ക്ഷേത്രങ്ങളിലും ചെണ്ട പ്രധാനപ്പെട്ടൊരു വാദ്യമാണ്. ഉത്തര കേരളത്തിലെ ക്ഷേത്രങ്ങളിൽ നിത്യപൂജ, ശീവേലി, ബലി കർമ്മങ്ങൾ, ദീപാരാധന എന്നിവയ്ക്ക് ചെണ്ടകൊട്ടാറുണ്ട്. തെക്കൻ കേരളത്തിൽ ദീപാരാധനയ്ക്കാണ് ചെണ്ട പതിവുള്ളത്. ക്ഷേത്രങ്ങളിലെ ഉത്സവങ്ങളോടനുബന്ധിച്ചു നടത്തുന്ന മേളങ്ങളിൽ പ്രധാനപ്പെട്ടതാണ് ചെണ്ടമേളം. പഞ്ചാരി, ചെമ്പട, അടന്ത, അഞ്ചടന്ത, ധ്രുവം എന്നിങ്ങനെ വിവിധ താളങ്ങളിൽ പ്രസിദ്ധമായ ചെണ്ടമേളങ്ങളുണ്ട്. ക്ഷേത്രത്തിനകത്തു പതിവില്ലെങ്കിലും പാണ്ടിമേളത്തിലും ചെണ്ട പ്രധാനപ്പെട്ടൊരു വാദ്യമാണ്. മറ്റൊരിനം ചെണ്ടമേളമാണ് തായമ്പക. ഇതിലെ പ്രധാനവാദ്യവും ചെണ്ടയാണ്. ഉത്സവകേളിയുടെ മുഖ്യവാദ്യവും ചെണ്ട തന്നെ.

ചെണ്ട ഒരു നാടോടിവാദ്യമാണ്. കേരളത്തിലെ നാടൻകലകളിൽ സുപ്രധാനമായ സ്ഥാനമാണ് ചെണ്ടയ്ക്കുള്ളത്. ഉത്തര കേരളത്തിന്റെ അനുഷ്ഠാനമായ തെയ്യത്തിന്റെ മുദ്രാവാദ്യമാണ് ചെണ്ട. ചെണ്ടയുടെ ശബ്ദത്തിനനുസരിച്ച് ചില താളങ്ങൾ കൂടി തെയ്യത്തിൽ കാണാം. രക്തേശ്വരി തെയ്യത്തിന്റെ കുളിർമ്മ കലാശ സന്ദർഭത്തിൽ ചെണ്ടയിൽ കൊട്ടുന്ന താളം, ഡകഡകഡൈങ്ങണ, ഡകഡകഡൈങ്ങണ, ഇതിന്നൊരുദാഹരണമാണ്. തിറ, മുടിയേറ്റ്, പടേനി തുടങ്ങിയ നാടൻ കലകളിലെല്ലാം ചെണ്ട ഉപയോഗിക്കുന്നുണ്ട്.

കൂടിയാട്ടം, കൃഷ്ണനാട്ടം, മോഹിനിയാട്ടം തുടങ്ങിയ ക്ലാസിക് കലകളിലൊന്നും ചെണ്ട ഉപയോഗിക്കുന്നില്ല. കഥകളിയിൽ മാത്രമാണ് ചെണ്ടയുള്ളത്. കഥകളി അരങ്ങിൽ ചെണ്ട ഉൾപ്പെടുത്തിയത് വെട്ടത്തു രാജാവാണ്.

'പതിനെട്ടു വാദ്യവും ചെണ്ടയ്ക്കു താഴെ' എന്ന പ്രയോഗത്തിൽ നിന്നും ചർമ്മവാദ്യങ്ങളിൽ വെച്ച് ചെണ്ടയ്ക്കുള്ള സ്ഥാനം മനസ്സിലാക്കാം.

വീക്കൻ ചെണ്ട

കേരളീയ ക്ഷേത്രങ്ങളിൽ അനുഷ്ഠാനവാദ്യമായി ഉപയോഗിക്കുന്നതാണ് വീക്കൻ ചെണ്ട. കനം കൂടിയ കോലുകൊണ്ട് വീക്കിക്കൊട്ടുന്നതിനാലായിരിക്കണം വീക്കൻ ചെണ്ട എന്ന പേരുവന്നത്. ഇതിനെ 'അച്ചൻ ചെണ്ട' എന്നും പറയും. വിവിധ മേളങ്ങളിൽ താളവാദ്യം എന്ന നിലയ്ക്കും ഇതുപയോഗിച്ചുവരുന്നു.

വീക്കൻ ചെണ്ടയെ ദേവവാദ്യമായിട്ടാണ് കരുതുന്നത്. ക്ഷേത്രാനുഷ്ഠാനങ്ങളിലെ സാന്നിദ്ധ്യമായിരിക്കണം ഈ വിശ്വാസത്തിന്നടിസ്ഥാനം.

മാത്രമല്ല, പരശുരാമനാണ് വീക്കൻ ചെണ്ട ഉണ്ടാക്കിയത് എന്നാണ് പഴമക്കാരുടെ വിശ്വാസം. കേരളം സൃഷ്ടിച്ച പരശുരാമൻ ക്ഷേത്രങ്ങളിൽ പൂജ ചെയ്യുന്നതിനുവേണ്ടി പരദേശത്തുനിന്നും ബ്രാഹ്മണരെ കൊണ്ടുവരികയും അവർക്ക് പൂജാദികർമ്മങ്ങൾക്കൊപ്പം ഒരുവാദ്യം വേണമെന്നു നിശ്ചയിക്കുകയും ചെയ്തു. അങ്ങനെ നിർമ്മിക്കപ്പെട്ടതാണ് വീക്കൻ ചെണ്ട എന്നാണു പുരാണം.

അനുഷ്ഠാനവാദ്യമായി ക്ഷേത്രങ്ങളിൽ ഈ ചെണ്ട ഉപയോഗിക്കുന്നത് മാരാർ, പൊതുവാൾ, കുറുപ്പ് എന്നീ സമുദായക്കാരാണ്. മാരാർ, പൊതുവാൾ സമുദായക്കാരുടെ കുലത്തൊഴിലാണ് ക്ഷേത്രത്തിനകത്തെ അനുഷ്ഠാനമേളം. സ്വർഗ്ഗത്തിലെ വാദ്യവായനക്കാരായ ഗന്ധർവ്വന്മാരുടെ പിന്തുടർച്ചക്കാരാണ് മാരാന്മാർ എന്നാണു വിശ്വസിക്കുന്നത്.

വീക്കൻ ചെണ്ടയുടെ കുറ്റി നിർമ്മിക്കുന്നത് പ്രധാനമായും പ്ലാവിൻ തടികൊണ്ടാണ്. പന, കൊന്ന, കുമിഴ് എന്നീ മരങ്ങളും ഇതിനുപയോഗിക്കാറുണ്ട്. ഉരുട്ടുചെണ്ടയെ അപേക്ഷിച്ച് ഇതിന് നീളം കുറവും വ്യാസം കൂടുതലുമായിരിക്കും. ഇതിന്റെ നീളം 12 വിരലും വ്യാസം 10 $^{1}/_{2}$ വിരലും എന്നാണു നിശ്ചയിച്ചിട്ടുള്ള കണക്ക്. പശുവിന്റെയോ കാളയുടെയോ തോൽ കൊണ്ടാണ് കുറ്റിയുടെ രണ്ടഗ്രങ്ങളും മൂടുന്നത്. ചെണ്ട വട്ടവും വരിഞ്ഞു കെട്ടലുമൊക്കെ ഉരുട്ടു ചെണ്ടയുടേതുപോലെ തന്നെയാണ്. കനംകൂടിയ ചെണ്ടക്കോൽ ഉപയോഗിച്ചാണ് വീക്കുന്നത് (അടിക്കുന്നത്). ഇതിന് തെങ്ങിൻ കുലഞ്ഞിൽ ഉപയോഗിക്കുന്നു. ഇടതുതോളിലിട്ടാണ് കൊട്ടുന്നത്.

ക്ഷേത്രങ്ങളിൽ നടത്തുന്ന അനുഷ്ഠാനക്രിയകൾക്കെല്ലാം പ്രധാന വാദ്യമായി വീക്കൻ ചെണ്ട ഉപയോഗിക്കുന്നു. നവകം, ധാര, ശംഖാഭിഷേകം, ശ്രീബലി, ഉത്സവബലി, ശ്രീഭൂതബലി, കലശങ്ങൾ തുടങ്ങിയ ക്രിയകൾക്ക് വീക്കൻ ചെണ്ട നിർബ്ബന്ധവാദ്യമാണ്. ക്ഷേത്രങ്ങളിലെ ചെണ്ട മേളം, തായമ്പക എന്നീ ഉത്സവമേളങ്ങളിൽ ഉരുട്ടുചെണ്ടയ്ക്കൊപ്പം താളം പിടിച്ചു കൊട്ടുന്നത് വീക്കൻ ചെണ്ടയാണ്. തെയ്യം, തിറ, പടേനി തുടങ്ങിയ മിക്ക നാടൻ കലകളിലും ഇത് താളവാദ്യമായി ഉപയോഗിക്കുന്നു. എന്നാൽ ക്ലാസിക് കലകളിൽ വീക്കൻ ചെണ്ട ഉപയോഗിക്കുന്നില്ല.

പറ

കേരളത്തിൽ പ്രചാരത്തിലുള്ള ഒരു നാടൻ ചർമ്മവാദ്യമാണ് 'പറ' ഇതിന് 'പറച്ചെണ്ട' എന്ന പേരുമുണ്ട്. ആദിവാസികൾക്കിടയിൽ ഇത് 'പറൈ' എന്ന പേരിലാണ് അറിയപ്പെടുന്നത്. നെല്ലും മറ്റുധാന്യങ്ങളും അളക്കുന്നതിനുള്ള മരത്തിന്റെ അളവു പാത്രമായ 'പറ'യുടെ ആകൃതിയിലുള്ള വാദ്യം എന്ന നിലയ്ക്കായിരിക്കണം ഇതിന് 'പറ' എന്ന പേരു വന്നത്. പറയരുടെ കുലവാദ്യം ആയതിനാലാണ് ഈ വാദ്യത്തിന് 'പറ' എന്ന പേരുണ്ടായത് എന്നും കരുതുന്നു. 'പറയൻ കൊട്ടുന്ന ചെണ്ട

എന്നർത്ഥത്തിൽ ഇതിനെ 'പറച്ചെണ്ട' എന്നും വിളിക്കുന്നു.

ആദിമ വാദ്യങ്ങളിലൊന്നായിട്ടാണ് 'പറവാദ്യ'ത്തെ കരുതുന്നത്. ഗോത്രജീവിതത്തിൽ നിന്നും തുടങ്ങി ഗ്രാമീണ ജീവിതത്തിന്റെ ഭാഗമായിത്തീർന്ന വാദ്യമാണിത്. സംഘകാല കൃതികളിൽ പറയെ കുറിച്ചുള്ള പരാമർശങ്ങളുണ്ട്. കുഞ്ചൻ നമ്പ്യാരുടെ ഘോഷയാത്ര, നളചരിതം തുടങ്ങിയ തുള്ളലുകളിൽ പറവാദ്യത്തെക്കുറിച്ചുള്ള പരാമർശം കാണുന്നതിനാൽ ആ കാലഘട്ടത്തിൽ ഇതിന് ഏറെ പ്രചാരമുണ്ടായിരുന്നു എന്നു വേണം കരുതാൻ.

ആദിവാസികൾ തൊട്ട് അമ്പലവാസികൾ വരെ വിവിധ സന്ദർഭങ്ങളിൽ ഉപയോഗിച്ചു വരുന്ന വാദ്യമാണ് പറ. ആദിവാസി വിഭാഗക്കാരായ ഇരുളർ, മുഡുഗർ തുടങ്ങിയവർ 'പറൈ' എന്നവാദ്യം ഉപയോഗിക്കുന്നു. പറയരുടെ മുഖ്യവാദ്യമാണ് പറ. 'പറകൊട്ടുന്നവർ' എന്നർത്ഥത്തിലാണ് പറയർ എന്ന പദത്തിന്റെ നിഷ്പത്തി പോലും. മണ്ണാൻ, പെരുവണ്ണാൻ, ചെറുമൻ, പാണൻ, പുലയൻ തുടങ്ങിയ കീഴാള ജനതയും പറ കൊട്ടിപ്പാടുന്നവരാണ്. അമ്പലവാസികളായ തിയ്യാടിനമ്പ്യാർ, തിയ്യാട്ടുണ്ണികൾ എന്നിവരും 'പറ'വാദ്യം ഉപയോഗിക്കുന്നു.

വീക്കൻ ചെണ്ടയോട് സമാനത പുലർത്തുന്ന വാദ്യമാണ് പറ. വീക്കൻ ചെണ്ടയേക്കാൾ ഒരല്പം നീളക്കുറവ് ഈ വാദ്യത്തിനുണ്ട്. ഇതിന്റെ കുറ്റി ഉണ്ടാക്കുന്നത്. പ്ലാവ്, കുമിഴ് തുടങ്ങിയ മരങ്ങൾ കൊണ്ടാണ്. ആദിവാസികൾ മണ്ണുകൊണ്ടും കുറ്റിയുണ്ടാക്കും. അതുകൊണ്ട് ഇതിനെ മൺപെറ എന്നും പറയുന്നു. കുറ്റിയുടെ നീളം ഏക 8-ാം വിരൽ ദേശം വരും. അതിന്റെ വ്യാസം 8 വിരൽ ആകുന്നു. കുറ്റിയുടെ രണ്ടഗ്രങ്ങളും കന്നുകാലികളുടെ തുകൽ കൊണ്ടാണ് മൂടുന്നത്. അഗ്രങ്ങൾ കൂട്ടിയോജിപ്പിച്ച് മുറുക്കിക്കെട്ടുന്നതിന് ചരടോ തോൽവാറോ ഉപയോഗിക്കുന്നു. ആദിവാസികളുടെ 'മൺപറൈ'യുടെ അഗ്രങ്ങൾ മുറുക്കിക്കെട്ടുന്നത് കാട്ടുവള്ളികൾ കൊണ്ടാണ്. ഇടതു തോളിലിട്ടാണ് 'പറ' അടിക്കുന്നത്. ഇതിന് കനം കൂടിയ കോലുകൾ ഉപയോഗിക്കുന്നു.

പാട്ടിനും ആട്ടത്തിനുമാണ് ഇരുളരും മുഡുഗരും പറൈ കൊട്ടുന്നത്. രാത്രി കാലങ്ങളിലാണ് ആട്ടവും പാട്ടും. പറയർ, തെയ്യാട്ടത്തിനും പൂതം കളിക്കും ഈ വാദ്യം ഉപയോഗിക്കുന്നു. തിറയാട്ടത്തിന്റെ ഭാഗമായി വരുന്ന സംഘനൃത്ത രൂപമായ എറവക്കളിയിൽ, പാട്ടിന്നകമ്പടിയായിട്ടാണ് പാണൻ, പുലയൻ, ചെറുമൻ തുടങ്ങിയവർ 'പറ' കൊട്ടുന്നത്. പൂതനും തിറയും, ഭഗവതിയാട്ട് എന്നീ കലാവതരണങ്ങൾക്കൊപ്പം മണ്ണാന്മാർ പറകൊട്ടുന്നു. അയ്യപ്പൻതീയാട്ടിന് തിയ്യാടി നമ്പ്യാരും ഭദ്രകാളിതിയാട്ടിന് തിയ്യാട്ടുണ്ണികളും പറവാദ്യം ഉപയോഗിക്കുന്നു.

മരം

കേരളീയ ക്ഷേത്രങ്ങളിൽ അനുഷ്ഠാനവാദ്യം എന്ന നിലയ്ക്ക് ഉപയോഗിച്ചു വരുന്ന വാദ്യമാണ് 'മരം.' ചെണ്ടയുടെ വർഗ്ഗത്തിൽ പെട്ട ഈ

മരം

വാദ്യത്തിന് 'പാണി' എന്ന പേരുമുണ്ട്. നാടോടി ജീവിതത്തിലും 'മരം' എന്ന വാദ്യത്തിന് ഏറെ സ്ഥാനമുണ്ട്. ഇതൊരു താളവാദ്യമാണ്.

കേരളീയർ 'മര'ത്തെ ഒരു പാവനവാദ്യമായി കരുതിവരുന്നു. ദേവ പഞ്ചവാദ്യങ്ങളിൽ ഒന്നാണ് മരം (പാണി). പൂജയ്ക്കും താന്ത്രിക കർമ്മ ങ്ങൾക്കും ഇത് അനിവാര്യമാണ്. ശംഖ്, തിമില, ചേങ്ങില, വീക്കൻ ചെണ്ട എന്നിവയ്ക്കൊപ്പമാണ് പാണി കൊട്ടുന്നത്. ശിവക്ഷേത്രങ്ങളിലെ ശ്രീഭൂ തബലി, ഉത്സവബലി, ജയാബലി, വിഷ്ണുക്ഷേത്രങ്ങളിലെ വിജയബലി, സുബ്രഹ്മണ്യക്ഷേത്രങ്ങളിലെ കൗമാരബലി തുടങ്ങിയ അനുഷ്ഠാന ബലികർമ്മങ്ങൾക്ക് അകമ്പടി വാദ്യമായി മരവും ഉപയോഗിക്കുന്നു. മരം കൊട്ടുന്നത് സവിശേഷമായ രീതിയിലാണ്.

'പാണി'യുടെ പാവനത്വത്തെ പറ്റിയൊരു കഥ ഉത്തര കേരളത്തിൽ പ്രചാരത്തിലുണ്ട്. പണ്ടൊരിക്കൽ വെട്ടത്തുനാട്ടിലെ തിരൂരിലെ തൃക്കണ്ടി യൂർ ശിവക്ഷേത്രത്തിൽ പാണിക്കൊട്ടുവാൻ മാരാർ ഉണ്ടായിരുന്നില്ല. ഈ സന്ദർഭത്തിൽ ഒരു മാരസ്യാരാണ് (മാരാർ സമുദായത്തിലെ സ്ത്രീ) പാണി കൊട്ടിയത്. അതിൽ പിഴവു വന്നതിനാൽ, ശ്രീഭൂതബലി കഴിച്ചിരുന്ന തന്ത്രിക്ക് അത് പൂർത്തിയാക്കാൻ കഴിഞ്ഞില്ല. ആ സമയത്ത്, തിരൂർ പുഴ യിലൂടെ വഞ്ചിയിൽ യാത്ര ചെയ്തിരുന്ന മറ്റൊരു തന്ത്രി, പാണി പിഴച്ചു കൊട്ടുന്നതു കേട്ട്, അതിൽ നിന്നും ഇറങ്ങി ക്ഷേത്രത്തിലെത്തി കുളിച്ചു വന്ന് ശ്രീഭൂതബലി പൂർത്തിയാക്കി എന്നാണ് കഥ. ഏകദേശം ഇതേപോ ലൊരു കഥ വൈക്കം മഹാദേവക്ഷേത്രത്തിലെ പാണികൊട്ടുന്നതുമായി ബന്ധപ്പെട്ടും പറഞ്ഞു വരുന്നുണ്ട്. അനുഷ്ഠാനവാദ്യമായ 'മരം' (പാണി) കൊട്ടുന്നത് 'മാരാർ' സമുദായക്കാരാണ്. ഈ സമുദായക്കാരുടെ അവ കാശമാണ് 'പാണി' കൊട്ടുക എന്നത്. ഇതുമായി ബന്ധപ്പെട്ട് മരം എന്ന വാദ്യത്തിന്റെ ഉല്പത്തിയെക്കുറിച്ചും ഒരൈതിഹ്യം പ്രചാരത്തിലുണ്ട്. ഒരി ക്കൽ വയോധികനായ ഒരു തന്ത്രിക്ക് അസുഖം കാരണം ക്ഷേത്രത്തിൽ

പോയി പൂജ ചെയ്യുവാൻ കഴിഞ്ഞില്ല. അതിനാൽ ആ ചുമതല അദ്ദേഹം തന്റെ രണ്ടു ഇളയ ആൺകുട്ടികളെ ഏല്പിച്ചു. അതിൽ മൂത്തവൻ കുടമെടുത്ത് വെള്ളം നിറച്ച് ദൈവബിംബത്തിൽ ഒഴിച്ച് കലശമാടിക്കൊണ്ടിരുന്നു. ഈ സന്ദർഭത്തിൽ അനിയസഹോദരൻ, സമീപത്തു നില്ക്കുകയായിരുന്നു. എന്നാൽ മൂത്ത ആൾക്ക്, എന്തോ മനഃസാന്നിദ്ധ്യം നഷ്ടപ്പെട്ടു. ഈ അവസരത്തിൽ ഇളയവൻ ചെമ്പു തകിടു പതിച്ച മരത്തിന്റെ മേൽക്കൂരയിൽ കൈവിരലുകൾ കൊണ്ട് തട്ടി ശബ്ദമുണ്ടാക്കി. ഇത് മൂത്തവന്, മനഃസാന്നിദ്ധ്യം തിരിച്ചുകിട്ടുന്നതിനിടയാക്കുകയും കലശം ഉൾപ്പെടെയുള്ള പൂജാദികർമ്മങ്ങൾ ഭംഗിയായി നിർവ്വഹിക്കുകയും ചെയ്തു. ഇതു കഴിഞ്ഞ് മൂത്ത സഹോദരൻ ഇളയവനെ അനുഗ്രഹിക്കുകയും മരത്തിന്റെ അകമ്പടിയോടെ മാത്രമേ കലശം ആടാൻ പാടുള്ളൂ എന്നു നിശ്ചയിക്കുകയും ചെയ്തു. കൊട്ടുന്നതിന് 'മരം' എന്ന വാദ്യം ഉണ്ടാക്കി എന്നാണ് വിശ്വാസം.

മാരാർ മരം (പാണി) കൊട്ടുന്നത് ഒരുപുണ്യകർമ്മമായിട്ടാണ് കാണുന്നത്. ക്ഷേത്ര സോപാനത്തിന്റെ വടക്കുഭാഗത്തുനിന്നു കൊണ്ടാണ് കൊട്ടുക. പാണികൊട്ടുമ്പോൾ നിലവിളക്കു കൊളുത്തിവെച്ച് അഷ്ടമംഗല്യവും വെക്കണമെന്നുമുണ്ട്. കോടിവസ്ത്രം കൊണ്ട് വാദ്യത്തിന്റെ മരഭാഗത്തെ പൊതിയുന്നു. മാരാർ കുളിച്ചു ശുദ്ധിയായി കോടിവസ്ത്രമോ അലക്കിയ വസ്ത്രമോ ഉടുത്ത്, ഉത്തരീയവും ധരിച്ചാണ് പാണി കൊട്ടുന്നത്. കൈകൾകൊണ്ട് അടിച്ചാണ് കൊട്ടുന്നത്. പാണികൊട്ടുന്നത് പിഴയ്ക്കാൻ പാടില്ല എന്നാണ് വിശ്വാസം. 'പാണി പിഴച്ചാൽ കോണി (മരണം)' എന്നൊരു ചൊല്ലും പ്രചാരത്തിലുണ്ട്.

ഗ്രാമീണ ജീവിതത്തിലേക്കു കടന്നാൽ, താഴെ തട്ടിലുള്ള ജനസമുദായങ്ങളിൽ പലരും 'മരം' എന്ന വാദ്യം ഉപയോഗിക്കുന്നുണ്ട്. മണ്ണാൻ, പുലയൻ, പാണൻ, പറയൻ, വേലൻ തുടങ്ങിയ സമുദായക്കാർ അവരുടെ അനുഷ്ഠാനകലകൾക്കകമ്പടിയായിട്ടാണ് ഈ വാദ്യം ഉപയോഗിക്കുന്നത്. കനമുള്ള കോലുകൊണ്ടാണ് കൊട്ടുന്നത്.

പ്ലാവിന്റെ തടികൊണ്ടാണ് മരവാദ്യത്തിന്റെ കുറ്റി ഉണ്ടാക്കുന്നത്. കൊന്ന, കുമിഴ് എന്നീ മരങ്ങളും ഇതിനുപയോഗിക്കുന്നു. 12 വിരൽ നീളവും 6 വിരൽ വ്യാസവും ആണ് ഈ വാദ്യത്തിനുള്ളത്. രണ്ടഗ്രങ്ങളും പൊതിയാൻ മാനിന്റെയോ പശുക്കിടാവിന്റെയോ തോൽ ഉപയോഗിക്കുന്നു. 64 തോൽ വാറുകൾകൊണ്ട് രണ്ടഗ്രങ്ങളെയും ബന്ധിപ്പിച്ച് വരിഞ്ഞു മുറുക്കിക്കെട്ടുന്നു. ഇടതുതോളിലിട്ടാണ് കൊട്ടുന്നത്.

നാടൻ കലകളായ ദാരികവധം, നേർച്ചക്കൊട്ടുകളി, പാന, തിറ, മലവാഴിയാട്ടം, മുടിയാട്ടം, രുധിരക്കോലം എന്നിവയിൽ മരം ഒരു വാദ്യമാണ്.

തിമില

കേരളീയ ക്ഷേത്രങ്ങളിലെ ഏറ്റവും പ്രധാനപ്പെട്ട ഒരു വാദ്യമാണ് 'തിമില.' ഇതൊരു അനുഷ്ഠാനവാദ്യമാണ്. ക്ഷേത്രത്തിലെ പുജാദികർമ്മ

ങ്ങൾക്ക് ഉപയോഗിക്കുന്ന ദേവപഞ്ചവാദ്യത്തിൽ തിമിലയും ഉൾപ്പെടുന്നു. 'ധിമില' എന്ന പദമാണ് 'തിമില' ആയിത്തീർന്നത്.

ക്ഷേത്രങ്ങളിലെ ശ്രീഭൂതബലി, ഉത്സവബലി തുടങ്ങിയവയ്ക്കുള്ള അകമ്പടി വാദ്യങ്ങളിൽ തിമിലയും ഉണ്ട്. പാണി കൊട്ടുമ്പോൾ അതിൽ തിമിലപ്പാണിയും വരുന്നു. അതുകൊണ്ടു തന്നെ തിമിലയ്ക്കും വാദ്യങ്ങളിൽ പാവനത്വം കല്പിക്കപ്പെടുന്നു. ചിലപ്പതികാരത്തിലും കുഞ്ചൻ നമ്പ്യാരുടെ തുള്ളലുകളിലും തിമിലയെക്കുറിച്ച് പരാമർശിക്കുന്നുണ്ട്.

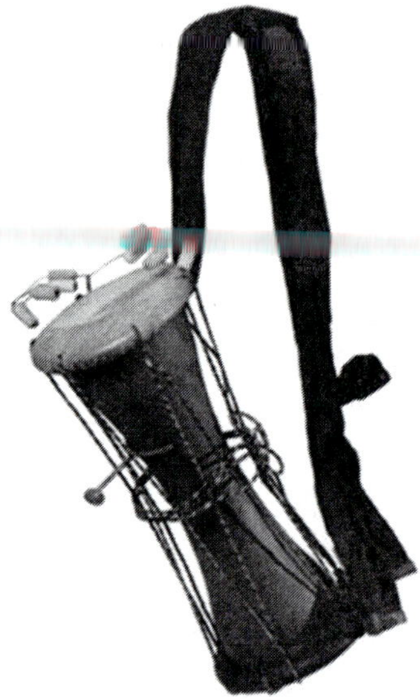
തിമില

കടുന്തുടി എന്ന വാദ്യമാണ് തിമിലയായതെന്നുള്ള ഒരുപുരാവൃത്തം പറഞ്ഞുകേൾക്കുന്നു. ഒരിക്കൽ ചില മഹർഷിമാർ ശിവനെ നശിപ്പിക്കുന്നതിനുവേണ്ടി ഒരു കടുന്തുടി ഉണ്ടാക്കി. ശിവന് അയച്ചു കൊടുത്തു. കാര്യം മനസ്സിലാക്കിയ ശിവൻ അത് ഒരു വാദ്യോപകരണമായി സ്വീകരിച്ചു. അങ്ങനെ ഇരിക്കെ ശിവഭക്തനായ ശൂരപത്മാവ്, ആ കടുന്തുടി വേണമെന്ന് അപേക്ഷിച്ചു. എന്നാൽ ശിവൻ അത് നല്കിയില്ല. നിരാശനായ ശൂരപത്മാവ്, കടുന്തുടിക്കു സമാനമായ ആകൃതിയിൽ ഒരു വാദ്യോപകരണമുണ്ടാക്കി, ശിവനു നല്കി. കൊട്ടി നോക്കിയപ്പോൾ അതിന്റെ ശബ്ദം സുഖകരമായി ശിവനുതോന്നിയില്ല. അതിനാൽ ശിവൻ ആ വാദ്യത്തിന്റെ മദ്ധ്യത്തിൽ ചെറുവിരൽ കൊണ്ട് ചെറിയൊരു തുളയുണ്ടാക്കി കൊട്ടി നോക്കി, പ്രണവധ്വനി ഉണ്ടാകുകയും ചെയ്തു. ആ വാദ്യോപകരണമാണ് തിമില എന്നു വിശ്വസിച്ചുവരുന്നു.

ക്ഷേത്രത്തിനകത്ത് മാരാർ, പൊതുവാൾ എന്നീ അമ്പലവാസിസമുദായക്കാരാണ് തിമില കൊട്ടുന്നത്. എന്നാൽ മറ്റു മേളങ്ങളിൽ എല്ലാവിഭാഗക്കാരും ഈ വാദ്യം കൈകാര്യം ചെയ്യുന്നുണ്ട്.

തിമിലയുടെ പ്രധാന ഭാഗങ്ങൾ കുറ്റി, തോൽ, വാറ് എന്നിവയാണ്. വരിക്കപ്ലാവിന്റെ കാതലുള്ള ഭാഗം കൊണ്ടാണ് തിമിലക്കുറ്റി ഉണ്ടാക്കുന്നത്. ഇതിന്റെ നീളം 20 $^{1}/2$ ഇഞ്ചാണ്. അഗ്രഭാഗങ്ങളിൽ ഏതാണ്ട് ഇതേ അളവിൽ തന്നെയാണ് ചുറ്റളവും. നടുഭാഗത്ത് 12$^{1}/2$ ഇഞ്ചായിരിക്കും ചുറ്റളവ്. ഏകദേശം നടുവിലായി തിമിലക്കുറ്റിയിൽ ഒരു സുഷിരം ഉണ്ടായിരി

ക്കും. അഗ്രമുഖവ്യാസം ഏകദേശം $16^1/2$ സെ മീ ആണ്. പശു, കാള എന്നിവയുടെ 'കറ്റു' (ഇളയ) തോൽ കൊണ്ട് രണ്ടഗ്രഭാഗങ്ങളെയും മൂടി ക്കെട്ടുന്നു. കാളത്തോൽ കൊണ്ടുണ്ടാക്കിയ വാറുകൾ ഉപയോഗിച്ച് രണ്ട ഗ്രങ്ങളെയും വരിഞ്ഞു കെട്ടി ബന്ധിപ്പിക്കുന്നു. ഇടതുതോളിലിട്ട് രണ്ടു കൈകൾകൊണ്ടും അടിച്ചാണ് കൊട്ടുന്നത്.

കേരളീയ വാദ്യകലയായ പഞ്ചവാദ്യത്തിലെ പ്രധാനപ്പെട്ട വാദ്യമാണ് തിമില. ഇതിന് ഒന്നിലധികം തിമിലകൾ ഉപയോഗിക്കുന്നു. പഞ്ചവാദ്യ ത്തിന് ശേഷം തിമിലമേളം (തിമിലയിടച്ചിൽ) പതിവുണ്ട്. തെക്കൻ ജില്ല കളിലെ ക്ഷേത്രങ്ങളിൽ ഉത്സവകാലങ്ങളിൽ എഴുന്നള്ളിപ്പിനോടനുബ ന്ധിച്ചു നടത്തപ്പെടുന്ന 'പരിഷവാദ്യം' എന്ന മേളത്തിലും തിമില ഒരുപ്ര ധാനവാദ്യമാണ്. അനുഷ്ഠാന പ്രധാനമായ ഇതിൽ മൂന്നു വീക്കൻ ചെണ്ട, മൂന്നു തിമില, രണ്ട് ഇലത്താളം, ഒരു ചേങ്ങില എന്നിവയാണുള്ളത്. കേര ളീയ ദൃശ്യകലകളിൽ തിമില ഉപയോഗിക്കാറില്ല.

ഇടയ്ക്ക

കേരളത്തിലെ ക്ഷേത്ര സോപാനങ്ങളിൽ കൊട്ടിവരുന്ന ചർമ്മ വാദ്യ മാണ് ഇടയ്ക്ക. പഞ്ചവാദ്യങ്ങളിലൊന്നാണിത്. എന്നാൽ ദേവ പഞ്ചവാദ്യ സമുച്ചയത്തിൽ ഇടയ്ക്ക വരില്ല. ഇതിന് 'ആവഞ്ചി' എന്നൊരു നാമവും കാണുന്നു. ഉടുക്ക് എന്ന വാദ്യത്തിന്റെ വികസിത രൂപമായിട്ടാണ് ഇട യ്ക്കയെ കണക്കാക്കി വരുന്നത്.

ഹൈന്ദവ പുരാണവുമായി ഇടയ്ക്കയെ ബന്ധപ്പെടുത്തുന്നുണ്ട്. ശിവന്റെ ശൂലത്തിൽ കാണുന്നത് 'ഢക്ക' എന്ന വാദ്യമാണ്. ഇതാണ് ഇട യ്ക്കയായി മാറിയതെന്നാണ് വിശ്വസിച്ചുവരുന്നത്. കർണ്ണാടകത്തിലെ ബേളൂർ ചുവർ ചിത്രങ്ങളുടെ കൂട്ടത്തിൽ ഇതിനു സമാനമായ വാദ്യ ത്തിന്റെ ചിത്രം കാണാം (ശശിധരൻ 2004). സംഘകാലകൃതിയായ *ചില പ്പതികാര*ത്തിലും മറ്റുപ്രാചീന തമിഴ് സംഗീതകൃതികളിലും 'ഇടക്കൈ' എന്ന സൂചന കാണുന്നു. കുഞ്ചൻ നമ്പ്യാരുടെ തുള്ളൽ കൃതികളിലും ഇടയ്ക്കയെക്കുറിച്ചുള്ള പരാമർശം ഉണ്ട്.

വരിക്കപ്ലാവിന്റെ കാതലുള്ള തടിയോ വേരോ ഉപയോഗിച്ചാണ് ഇട യ്ക്കയുടെ കുറ്റി ഉണ്ടാക്കുന്നത്. കരിങ്ങാലി, രക്തചന്ദനം, കൊന്ന എന്നീ മരങ്ങളും ഉപയോഗിക്കാം. ഇതിന്റെ നീളം 8– $8^1/2$ ഇഞ്ചും മുഖവ്യാസം $4\ ^1/2$ ഇഞ്ചും ആണ്. കുഴലിന്റെ രണ്ടഗ്രങ്ങൾക്കും ഒരേ വ്യാസമാണെ ങ്കിലും നടുഭാഗം ഒരല്പം മെലിഞ്ഞിരിക്കും. നടുഭാഗത്തായി 2 മില്ലിമീ റ്റർ വ്യാസത്തിൽ ഒരു ചെറിയ തുളയിടുന്നു. രണ്ടഗ്രത്തിലും ഒരിഞ്ച് കന മുള്ള മരവളയങ്ങൾ വെച്ചുപിടിപ്പിക്കുന്നു. ആടിന്റെയോ പശുവിന്റെയോ ഉദരഭാഗങ്ങളിൽ നിന്നെടുക്കുന്ന നേർത്ത ചർമ്മം കൊണ്ടാണ് രണ്ടഗ്രഭാ ഗങ്ങളും പൊതിയുന്നത്. രണ്ടു പ്രമുഖ വളയങ്ങളെയും കെട്ടിമുറുക്കി ബന്ധിപ്പിക്കുന്നത് ചരടുകൾ ഉപയോഗിച്ചാണ്. ചരടുകൾ മദ്ധ്യഭാഗത്തു കെട്ടി ആവശ്യാനുസരണം അയവും മുറുക്കവും വരുത്തുന്നു. ഈ ചരടു

ഇടയ്ക്ക

കൾക്കിടയിലായി 4 കോലുകൾ (ജീവക്കോലുകൾ) തിരുകിവെക്കുന്നു. 4 ജീവക്കോലുകളിൽനിന്നായി 64 പൊടിപ്പുകൾ തൂക്കിയിടുന്നു. മുള, മന്ദാരം, കൊന്ന എന്നീ മരങ്ങളിൽനിന്നും ഉണ്ടാക്കുന്ന കനം കുറഞ്ഞ കോലുകൊണ്ടാണ് ഇടയ്ക്ക കൊട്ടുന്നത്. കൊട്ടുന്ന ഭാഗം കനം കുറഞ്ഞ് വളഞ്ഞതും കയ്യിൽ പിടിക്കുന്ന ഭാഗം ഒരല്പം കനം കൂടിയതുമാണ്. ഇടതു തോളിലിട്ടാണ് കൊട്ടുക. ഇടതുകൈ ഇടയ്ക്കയുടെ ഉരലിൽ അമർത്തി ശബ്ദവ്യതിയാനം വരുത്തി. വലതുകയ്യിലെ കോലുകൊണ്ട് അടിച്ചും ഉരസിയുമാണ് ഇടയ്ക്ക കൊട്ടുന്നത്.

ക്ഷേത്രസോപാനത്തിൽ കൊട്ടിയിരുന്നതുകൊണ്ട് ഇടയ്ക്ക കൊട്ടിയിരുന്നത് മാരാർ സമുദായക്കാരാണ് എന്നു പറയാം.

ക്ഷേത്രസോപാനത്തിൽ നിന്ന് പൂജാവേളയിൽ കൊട്ടിപ്പാടിസേവയ്ക്ക് ഇടയ്ക്കയാണ് വാദ്യം. ഈശ്വരസ്തുതികളും അഷ്ടപദിയുമാണ് ഇതിനുപയോഗിക്കുന്നത്. സോപാന സംഗീതത്തിനനുസൃതമായ വാദ്യമാണിത്. കേരളീയ ക്ലാസിക് കലകളായ കൂടിയാട്ടം, കൃഷ്ണനാട്ടം, കഥകളി, മോഹിനിയാട്ടം എന്നിവയിലെല്ലാം ഇടയ്ക്ക ഒരു വാദ്യമാണ്. കഥകളിയിൽ സ്ത്രീവേഷത്തിന്റെ പദങ്ങൾക്കനുസരിച്ചുള്ള ആട്ടത്തിനാണ് ഇതുപയോഗിക്കുന്നത്. ക്ഷേത്രോത്സവങ്ങളിലെ പ്രധാനപ്പെട്ട മേളമായ പഞ്ചവാദ്യത്തിലെ ഒരു വാദ്യമാണിത്. മദ്ദളം, ഇലത്താളം, തിമില, കൊമ്പ് എന്നിവയാണ് പഞ്ചവാദ്യത്തിലെ മറ്റുവാദ്യങ്ങൾ.

ഉടുക്ക്

കേരളീയ ചർമ്മ വാദ്യങ്ങളിൽ വെച്ച് ഏറ്റവും ചെറുതാണ് ഉടുക്ക്. ഇതിന് സംസ്കൃതത്തിൽ ഡമരു എന്ന പേരുണ്ട്. ഭാരതീയ സങ്കല്പപ്രകാരം ശിവന്റെ ശൂലത്തിൽ കാണുന്ന വാദ്യം ഉടുക്കാണ്. അതിപ്രാചീനമായൊരു വാദ്യമാണിത്. തിമില, ഇടയ്ക്ക എന്നിവ ഉടുക്കിന്റെ വികസിതരൂപങ്ങളാണ്.

പഴയകാല തമിഴ് കൃതികളിൽ 'ഉടുക്കൈ' എന്നു സൂചിപ്പിച്ചിട്ടുള്ളത് ഉടുക്കിനെ തന്നെയാണ്. തമിഴ്നാട്ടിലെ ആചാരനുഷ്ഠാനങ്ങളിൽ

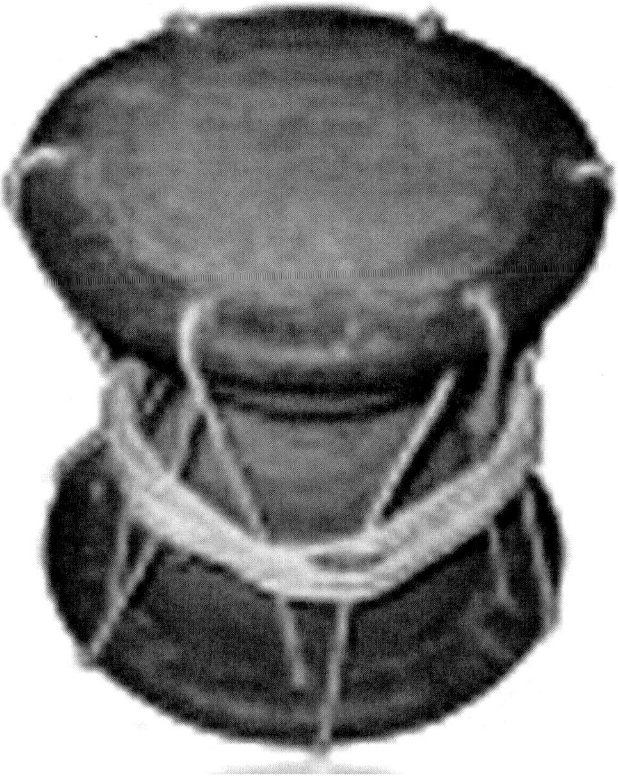

ഉടുക്ക്

കാണുന്ന ഒരു പ്രധാന വാദ്യമാണിത്. കുഞ്ചൻ നമ്പ്യാരുടെ തുള്ളൽ കൃതികളിൽ പലയിടത്തും ഉടുക്കിനെപ്പറ്റി പറയുന്നുണ്ട്. വടക്കൻ പാട്ടുകളിൽ രണ്ട് പാണന്മാർ ഉടുക്കുകൊട്ടി പാടുന്നതായി സൂചനയുണ്ട്. ഉടുക്ക് രണ്ടു ഭാവത്തിൽ കാണപ്പെടുന്നുണ്ടെന്ന് പറയപ്പെടുന്നു. സ്ത്രീഭാവത്തിലും പുരുഷഭാവത്തിലും. സ്ത്രീഭാവത്തിലുള്ളതിനെ 'ഇടംബാരി'യെന്നും പുരുഷഭാവത്തിലുള്ളതിനെ ബാരി എന്നും വിളിക്കുന്നു. ശാസ്താംപാട്ടിൽ ഉപയോഗിക്കുന്നത് 'ബാരി'യും മാരിയമ്മൻ പാട്ടിനുള്ളത് 'ഇടംബാരി'യുമാണ്.

ഉടുക്കിന്റെ ഉല്പത്തിയെക്കുറിച്ചും അതിന്റെ നിർമ്മാണത്തെക്കുറിച്ചും ശാസ്താംപാട്ടുകളിൽ പ്രതിപാദിച്ചു കാണുന്നു. ദുർവ്വാസാവു മഹർഷിയുടെ ശാപംമൂലം സരസ്വതീദേവി ഉടുക്കായി ഭൂമിയിൽ പിറന്നു എന്നാണ് ഒരുവിശ്വാസം. 'നീചകുലത്തിൽ പോയി പിറക്ക നീ' എന്നാണ് ശാപം.

"ദുർവ്വാസ ശാപം മുന്നം

വാണിയായ് ഉളവായ്
[illegible]
പോയി നീ പിറക്ക എന്ന്"

എന്നിങ്ങനെ ശാസ്താംപാട്ടിൽ പറയുന്നു. മാത്രമല്ല, സരസ്വതിദേവി പറയുന്ന കാര്യങ്ങളും ശാസ്താം പാട്ടിലുണ്ട്.

"ഭാരതിശാപം തീർപ്പാൻ
സരസ്വതി വചനമിട്ടു
മാതംഗി തൻ കരത്താൽ
കൃശം മദ്ധ്യേ അതിവൃത്തം
അഗ്രേതീർത്താൽ ഉടുക്കെന്നു നാൾ

അതിന്റെ നിർമ്മാണത്തെക്കുറിച്ചും പാട്ടിൽ വിവരിക്കുന്നുണ്ട് (ഹരി ഗോവിന്ദൻ 2005).

പാണസമുദായക്കാരുടെ മുഖ്യവാദ്യമായിട്ടാണ് ഉടുക്കിനെ കരുതുന്നത്. പാണന്മാർ പൊതുവെ പാട്ടുകാരാണ്. വടക്കൻ പാട്ടുകളിലെ വീരകഥകൾ പാണന്മാർ ഉടുക്കുകൊട്ടി പാടി നടന്നിരുന്നു. എന്നാൽ, ശബരിമല ശ്രീ അയ്യപ്പനെ ദർശിക്കാൻ പോകുന്ന അയ്യപ്പഭക്തന്മാരാണ് ഇപ്പോൾ ഉടുക്ക് കൂടുതലായും ഉപയോഗിക്കുന്നത്. വയനാട്ടിലെ കുശവസമുദായക്കാരും ഈ വാദ്യം ഉപയോഗിക്കുന്നു.

ഉടുക്കിന്റെ കുറ്റി നിർമ്മിക്കുന്നതിന് 'ഈടുറ്റ രാജവൃക്ഷം' വേണം എന്ന് ശാസ്താംപാട്ടിൽ കാണുന്നു. ഈടുറ്റ രാജവൃക്ഷമായി പറയുന്നത് പ്ലാവിനെയും ചന്ദനത്തെയുമാണ്. രണ്ടഗ്രങ്ങളിലും വ്യാസം കൂടിയും മദ്ധ്യഭാഗത്ത് വ്യാസം കുറ ഞ്ഞും ഉള്ളതാണ് ഉടുക്കിന്റെ മരക്കുറ്റിയുടെ ആകൃതി. 25 സെ മീ അല്ലെങ്കിൽ 30 സെ മീ നീളമേ ഈ കുറ്റിക്കുണ്ടായിരിക്കുകയുള്ളൂ. വട്ടത്തിലുള്ള അഗ്രഭാഗം ഉടുമ്പിന്റെ തോൽ കൊണ്ടാ ണ് പൊതിയുന്നത്. രണ്ടുവട്ടങ്ങളെയും ചരടുകൾ കൊണ്ട് ബന്ധിപ്പിക്കുന്നു. ഇടതു കയ്യിൽ പിടിച്ച് വലതു കൈവിരലുകൾകൊണ്ട് അടിച്ചാണ് ശബ്ദമുണ്ടാക്കുന്നത്. ചരടുകളിൽ ഇടതു കൈവിരലുകൾകൊണ്ട് അമർത്തി ശബ്ദനിയന്ത്രണം വരുത്തുന്നു.

പ്രധാനമായും അയ്യപ്പൻ പാട്ട് (ശാസ്താം പാട്ട്) പാടുമ്പോഴാണ് ഉടുക്കു കൊട്ടുന്നത്. അതിനാൽ ഈ പാട്ടുകളെ ഉടുക്കുപാട്ടുകൾ എന്നു പറയുന്നു. അയ്യപ്പൻ വിളക്ക് എന്ന അനുഷ്ഠാനത്തിനും ഉടുക്കു കൊട്ടിപ്പാട്ട് പ്രധാനമാണ്. മാരിയമ്മൻ തുള്ളൽ എന്ന അനുഷ്ഠാനകല അവതരിപ്പിക്കുമ്പോൾ ഉടുക്കു കൊട്ടിയാണ് പാടുന്നത്. 'മാരിയമ്മ' എന്ന ദേവതയെ പ്രീതിപ്പെടുത്തുന്നതിനുള്ള അനുഷ്ഠാനമാണിത്. വയനാട്ടിലെ കുശവ സമുദായക്കാർ നടത്തിവരുന്ന കുരക പൂജക്ക് ഉടുക്കുകൊട്ടി പാടാറുണ്ട്. തൃശൂർ ജില്ലയിലെ പാണസമുദായക്കാരുടെ കലയായ ആണ്ടിക്കളിക്കും ഉടുക്കാണ് പ്രധാന വാദ്യം.

കൊച്ചുടുക്ക്, മണിയുടക്ക്, കോലുടക്ക്, കോടാങ്കിയുടക്ക് എന്നിങ്ങനെ വലിപ്പത്തെ അടിസ്ഥാനമാക്കിയും ഉപയോഗിക്കുന്നവരെ അടിസ്ഥാനമാ

ക്കിയും വ്യത്യസ്ത ഉടുക്കുകൾ പ്രചാരത്തിലുണ്ട്. മരത്തിനു പകരം വെങ്കലം കൊണ്ടുണ്ടാക്കിയ വെങ്കല ഉടുക്കും പ്രചാരത്തിലുണ്ടായിരുന്നു.

തുടി

കേരളത്തിലെ പ്രാചീനമായൊരു നാടൻ ചർമ്മവാദ്യമാണ് തുടി. ഇത് കടുന്തുടി, കാളക്കടുന്തുടി, തുടിപ്പറ എന്നീ പേരുകളിലും അറിയപ്പെടുന്നു. ഉപയോഗിക്കുന്ന ദേശത്തിനും വംശത്തിനും അനുസരിച്ച് വലിപ്പത്തിനും ആകൃതിക്കും നേരിയ വ്യത്യാസങ്ങൾ കണ്ടേക്കാം. തുടിയിൽ നിന്നും ഉണ്ടായതാണ് മറ്റു ചർമ്മവാദ്യങ്ങൾ എന്നൊരു ധാരണയുണ്ട് (വിഷ്ണുനമ്പൂതിരി, 2000).

പ്രാചീന തമിഴ് കൃതികളിൽ വാദ്യങ്ങളെപ്പറ്റി പറയുന്ന കൂട്ടത്തിൽ തുടിയും കാണുന്നു. കുഞ്ചൻ നമ്പ്യാരുടെ തുള്ളൽ കൃതികളായ ഘോഷയാത്ര, നളചരിതം, സീതാസ്വയംവരം, പാഞ്ചാലി പരിണയം, സഭാപ്രവേശം

തുടി

എന്നിവയിൽ വാദ്യങ്ങളുടെ കൂട്ടത്തിൽ തുടിയുമുണ്ട്.

ശ്രീപരമശിവനുമായി ബന്ധപ്പെട്ട ഒരു പുരാവൃത്തം, തുടിയെക്കുറിച്ചുള്ളത് ഏറെ പ്രചാരത്തിലുണ്ട്. ശിവനെ നശിപ്പിക്കാൻ വേണ്ടി മഹർഷി കടുന്തുടി ഉണ്ടാക്കി അയച്ചു. എന്നാൽ ശിവൻ അതിനെ ഒരു വാദ്യോപ

കരണമാക്കി മാറ്റി എന്നാണ് വിശ്വസിച്ചു വരുന്നത്. ശിവന്റെ കയ്യിലെ കടുന്തുടി തനിക്കുവേണമെന്ന് ശിവഭക്തനായ ശൂരപത്മാവ് അപേക്ഷിച്ചെങ്കിലും ശിവൻ അതു നല്കിയില്ല. അതേപോലെയുള്ള കടുന്തുടി ഉണ്ടാക്കാൻ ശൂരപത്മാവിനു കഴിഞ്ഞതുമില്ല.

ദേവന്മാർക്കു പ്രിയപ്പെട്ട വാദ്യമാണ് കടുന്തുടി എന്ന് മറ്റൊരു പുരാവൃത്തത്തിൽനിന്നും മനസ്സിലാക്കാം. ദേവലോകത്ത് അവതരിപ്പിക്കുന്ന ദേവകൂത്തിന് കടുന്തുടി കൂടിവേണമെന്ന് അരുളപ്പാടുണ്ടായി. മാരാരുടെ ചെണ്ട, നങ്ങ്യാരുടെ താളം, പുലയന്റെ പറ എന്നീ വാദ്യങ്ങളൊക്കെ ദേവലോകത്തുണ്ടെങ്കിലും കടുന്തുടി കൂടിയേ തീരൂ. പുലയൻ പൊള്ളക്കുമാത്രമേ അത് നിർമ്മിക്കാൻ കഴിയുകയുള്ളൂ. ദേവന്മാർ പുലയനെ വരുത്തി കടുന്തുടി ഉണ്ടാക്കാൻ പറഞ്ഞു. പുലയൻ കാട്ടിൽച്ചെന്ന് മരം മുറിച്ച് തുടിക്കുറ്റി ഉണ്ടാക്കുകയും ഉടുമ്പിന്റെയും കുരങ്ങന്റെയും തോൽ ഉപയോഗിച്ച് അഗ്രങ്ങൾ പൊതിയുകയും ചെയ്തു. ദേവലോകത്തു വന്നു ചേർന്ന വാദ്യങ്ങളിൽ വെച്ച് മികച്ചത്, കടുന്തുടി ആയിരുന്നു. ദേവസ്ഥാനങ്ങളിൽ തുടികൊട്ടിപ്പാടാൻ അങ്ങനെ പുലയർക്ക് അവകാശം നല്കിയെന്നുമാണ് കഥ.

ആദിമവാദ്യങ്ങളിലൊന്നായ തുടി, അടിയാളർ, പണിയർ തുടങ്ങിയ ആദിവാസി ജനവിഭാഗങ്ങൾ വാദ്യമായി ഉപയോഗിക്കുന്നു. പുലയരുടെ മുഖ്യവാദ്യമാണിത്. തുടിയെറിയുന്നവരാണ് പുലയർ എന്നാണു വിശ്വാസം. മണ്ണാൻ, പാണൻ, പറയൻ, മാവിലൻ, വേട്ടുവൻ, ചെറുമൻ തുടങ്ങിയ സമുദായക്കാരും തുടികൊട്ടിപാടുന്നവരാണ്.

തുടിയുടെ കുറ്റി ഉണ്ടാക്കുന്നത് പ്ലാവ്, കൊന്ന, മന്ദാരം എന്നീ മരങ്ങൾകൊണ്ടാണ്. ഇതിന് നീളം 12 വിരലും വരും അഗ്രമുഖങ്ങൾക്ക് $10^1/2$ വിരലും വ്യാസമുണ്ട്. മദ്ധ്യഭാഗത്ത് ഇതിന്റെ വ്യാസം അല്പം കുറഞ്ഞിരിക്കും. ഒരഗ്രം കുരങ്ങിന്റെയും മറ്റേ അഗ്രം ഉടുമ്പിന്റെയും തോലുകൊണ്ട് പൊതിയുന്നു. രണ്ടഗ്രങ്ങളെയും ബന്ധിപ്പിച്ച് ചരടുകൾ വരിഞ്ഞുകെട്ടും. ഈ ചരടുകളിൽ ഇടതു കൈകൊണ്ടമർത്തി, വലതുകൈയിലെ കോലുകൊണ്ട് കൊട്ടിയാണ് ശബ്ദമുണ്ടാക്കുന്നത്. തുടി ഇടതു തോളിലിട്ടാണ് കൊട്ടുന്നത്.

കേരളത്തിലെ നാടൻകലകളിൽ കൂടുതലായി ഉപയോഗിച്ചുവരുന്ന വാദ്യമാണ് തുടി. ആദിവാസികലകളായ ഗദ്ദിക, പണിയർ കളി എന്നിവയിൽ ഈ വാദ്യമുണ്ട്. ചിമ്മാനക്കളി, തുയിലുണർത്തു പാട്ട്, ദൈവം തുള്ളൽ, പാക്കനാർ കളി, മാരിയാട്ടം, മങ്ങലം കളി, ചോഴിക്കളി തുടങ്ങിയ നാടൻകലകളുടെ ഒരു പ്രധാന വാദ്യമാണ് തുടി.

തകിൽ

തമിഴ് സംസ്കാരത്തിന്റെ ഭാഗമായി കേരളത്തിലെത്തിയെ ചർമ്മവാദ്യമാണ് തകിൽ (തവിൽ). പഴയ തിരുവിതാംകൂറിന്റെ പ്രദേശങ്ങളിലാണ് ഇതിന് ഏറെ പ്രചാരം. ഇതിന് 'തടാരി' എന്ന പേരും കാണുന്നു. നാഗസ്വരം എന്ന സുഷിരവാദ്യത്തിനൊപ്പമാണ് തകിലടിക്കുന്നത്. തമിഴ്നാ

തകിൽ

ട്ടിലെ പല ക്ഷേത്രങ്ങളിലും അതിരാവിലെ ആരാധനാമൂർത്തിയെ ഉണർത്തുന്ന ചടങ്ങുണ്ട്. ഇതിനെ 'മല്ലാരി വാഴിക്കുക' എന്നാണു പറയുന്നത്. ഈ ചടങ്ങിനു നാഗസ്വരത്തിനൊപ്പം തകിൽ അടിക്കുന്നു. കേരളീയരെ സംബന്ധിച്ചിടത്തോളം കല്യാണ മംഗളവേളയിൽ അനിവാര്യമായൊരു വാദ്യമാണിത്.

പ്രാചീന തമിഴ് കൃതികളിൽ 'തവിൽ' എന്ന വാദ്യത്തെ കുറിച്ച് പരാമർശിക്കുന്നുണ്ട്. എഴുത്തച്ഛന്റെ *മഹാഭാരതം കിളിപ്പാട്ടിൽ* 'ഭീഷ്മപർവ്വ'ത്തിൽ വാദ്യങ്ങളെക്കുറിച്ച് പറഞ്ഞപ്പോൾ അതിൽ തകിലും ഉൾപ്പെടുത്തിയിട്ടുണ്ട്. 'തകിലു തകർത്തു തുടങ്ങുന്നേരം' എന്നിങ്ങനെ കുഞ്ചൻ നമ്പ്യാരും *നളചരിതം* തുള്ളലിൽ തകിലിനെ പറ്റി പറയുന്നു.

പ്ലാവിന്റെ തടികൊണ്ടാണ് തകിലിന്റെ മരഭാഗം ഉണ്ടാക്കുന്നത്. കുറ്റിയുടെ നടുഭാഗം വീർത്തും അതിന്റെ അഗ്രഭാഗങ്ങൾ വീതി കുറഞ്ഞ് ഉരുണ്ടും ഉള്ള ആകൃതിയിലാണ്. നീളം 18 ഇഞ്ചും അഗ്രമുഖവ്യാസം 8 ഇഞ്ചും ആകുന്നു. ഇതിൽ നേരിയ അളവു വ്യത്യാസത്തിലുള്ള തകിലുകളുമുണ്ട്. രണ്ടുവശങ്ങളും കന്നുകാലികളുടെ തോൽകൊണ്ടാണ് പൊതിയുന്നത്. വലതുവശം വിരലുകൾകൊണ്ടും ഇടതുവശം കോലുകൊണ്ടും കൊട്ടി ശബ്ദമുണ്ടാക്കുന്നു. വിരലുകളുടെ അറ്റത്ത് കട്ടിക്കൂടിയ ചുറ്റുകൾ ധരിക്കുന്നു. വിരലുകൾ പൊട്ടാതിരിക്കാനും ശബ്ദം വർദ്ധിപ്പിക്കുന്നതിനും വേണ്ടിയാണിത്.

കേരളത്തിൽ കല്യാണങ്ങൾക്ക് നാഗസ്വരത്തോടൊപ്പം തകിലും കൊട്ടുന്നു. ശ്രീസുബ്രഹ്മണ്യക്ഷേത്രങ്ങളിലെ പൂജയ്ക്കൊപ്പം ഈ വാദ്യം

കൊട്ടുന്നരീതി കാണുന്നു. കൂടാതെ കാവടിയാട്ടം, കുംഭനൃത്തം എന്നിവയ്ക്കു അകമ്പടിയായും തകിൽ ഉപയോഗിക്കാറുണ്ട്. നാഗസ്വരക്കച്ചേരിക്കും ഇത് പ്രധാന താളവാദ്യമായി ഉപയോഗിക്കുന്നു.

മദ്ദളം

കേരളത്തിലെ പ്രധാന ചർമ്മവാദ്യങ്ങളിൽ പെട്ട ഒന്നാണ് മദ്ദളം. പഞ്ചവാദ്യങ്ങളിൽ വരുന്ന മദ്ദളം ക്ഷേത്രങ്ങളിലെ ദീപാരാധനക്കും മറ്റും കൊട്ടുന്ന പതിവുണ്ട്. ശുദ്ധമദ്ദളം, തൊപ്പിമദ്ദളം എന്നിങ്ങനെ രണ്ടുതരം കാണുന്നു. ഇതിനു പുറമെ വീരമദ്ദളം എന്നൊരു മദ്ദളം കൂടിയുണ്ട്. ഇത് ശുദ്ധമദ്ദളത്തേക്കാൾ ഒരല്പം വലിയതാണ്. തൊപ്പിമദ്ദളം ചെറുതും അടഞ്ഞ ശബ്ദത്തോടു കൂടിയതുമാണ്. 'മദ്ദളം' എന്ന സാമാന്യമായി പറഞ്ഞാൽ അർത്ഥമാക്കുന്നത് 'ശുദ്ധമദ്ദള'ത്തെയാണ്. തൊപ്പിമദ്ദളത്തിന് 'മകുടം' എന്നും പറയുന്നു.

മദ്ദളത്തിനും കാലപ്പഴക്കമേറും. സംഘകാലഘട്ടത്തിൽ ഇതിന് പ്രചാരമുണ്ടായിരുന്നതായി പ്രാചീന തമിഴ് കൃതികൾ സാക്ഷ്യപ്പെടുത്തുന്നു. എഴുത്തച്ഛനും കുഞ്ചൻ നമ്പ്യാരും മദ്ദളത്തെക്കുറിച്ചു പറയുന്നുണ്ട്.

'മദ്ദളമരയിലുറപ്പിച്ചീടിന
വിദ്വാനോടുകപാരംദെണ്ണം"

(*ഘോഷയാത്ര*)

"തിത്തിയിടയ്ക്കയുടുക്കും തിമിലകൾ
ഒത്തും മദ്ദളമെത്രതരത്തിൽ"

(*ബാണയുദ്ധം*)

എന്നിങ്ങനെയുള്ള പ്രയോഗങ്ങൾ നമ്പ്യാരുടെ തുള്ളൽ കൃതികളിൽ കാണാം.

ക്ഷേത്രപൂജക്കും ദീപാരാധനക്കുമൊക്കെ മദ്ദളം കൊട്ടിയിരുന്നത് മാരാർ സമുദായക്കാർതന്നെ ആയിരിക്കണം. ക്ഷേത്രങ്ങളിലെ പൂജാവേളകളിൽ കൊട്ടാനുള്ള അവകാശം അവർക്കു മാത്രമായിരുന്നല്ലോ. പഞ്ചവാദ്യം പോലെയുള്ള വാദ്യകലകളിൽ മറ്റ് അമ്പലവാസി സമുദായക്കാരും മദ്ദളം കൊട്ടിയിരിക്കണം.

ശുദ്ധമദ്ദളത്തിന്റെയും തൊപ്പിമദ്ദളത്തിന്റെയും ചട്ടക്കൂട് (കുറ്റി) ഉണ്ടാക്കുന്നത് പ്ലാവിന്റെ തടികൊണ്ടാണ്. ശുദ്ധമദ്ദളത്തിന് 60–65 സെ മി വരെ നീളമുണ്ടാകും. തൊപ്പി മദ്ദളത്തിന്റെ നീളം ഇതിൽനിന്നും ഒരല്പം കുറവായിരിക്കും. അഗ്രമുഖങ്ങൾക്ക് വ്യാസം കുറഞ്ഞും മദ്ധ്യഭാഗത്തേക്കു വരും തോറും വ്യാസം കൂടിയും ഉള്ള ആകൃതിയാണുള്ളത്. നടുഭാഗത്തിന് 46 ഇഞ്ച് ചുറ്റളവും ഇടന്തലക്ക് 7 ഇഞ്ച് വ്യാസവും വലന്തലക്ക് 9 ഇഞ്ച് വ്യാസവും ആയിട്ടാണ് കണ്ടു വരുന്നത്. വലത്തെ അഗ്രമുഖത്തെ കാളയുടെ തോലു കൊണ്ടും ഇടത്തെ അഗ്രമുഖത്തെ പോത്തിന്റെ തോലു കൊണ്ടും പൊതിയുന്നു. ഇടത്തെ അഗ്രമുഖത്തിൽ കറുത്ത പശ കട്ടി

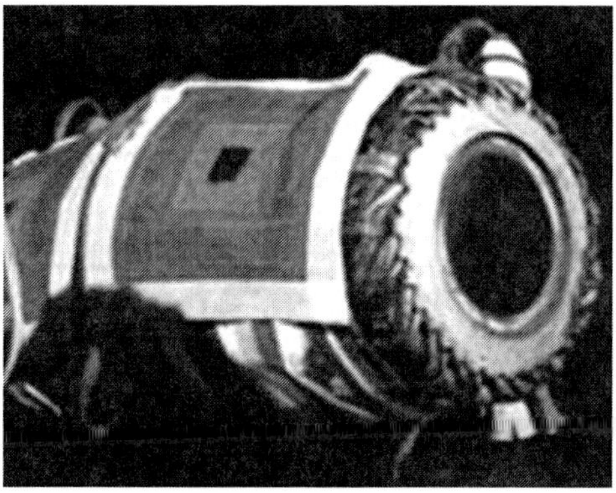

മദ്ദളം

യായി പതിപ്പിച്ചിട്ടുണ്ടാകും. എന്നാൽ ഇത് തൊപ്പിമദ്ദള ത്തിനുണ്ടാകില്ല. രണ്ടു വട്ട ങ്ങളെയും തമ്മിൽ തോൽ വാറുകൾ കൊണ്ട് ബന്ധി പ്പിക്കുന്നു. കൈവിരലുക ളിൽ ശീലയും അരിമാവും കൂടികൂട്ടി ചുറ്റിയാണ് കൊ ട്ടുന്നത്. അരയിലിട്ടാണ് മദ്ദളം കൊട്ടുന്നത്. ഇത് കഴുത്തിലിട്ടു കൊട്ടിയിരുന്ന തായി പറയപ്പെടുന്നു.

ക്ഷേത്രങ്ങളിലെ ഉത്സവമേളങ്ങളിൽ പ്രധാനപ്പെട്ടതാണ് കേളി. ഇതിനെ 'കേളിക്കൈ' എന്നും പറയും. ഇതിൽ ചെണ്ട, ചേങ്ങില, ഇലത്താളം എന്നിവയ്ക്കൊപ്പം മദ്ദളവും (ശുദ്ധമദ്ദളം) കൊട്ടുന്നു. ചെണ്ടയില്ലാതെയും കേളി പതിവുണ്ട്. ക്ഷേത്രോത്സവത്തിലെ പ്രധാനമേളമായ പഞ്ചവാദ്യത്തിനും മദ്ദളം നിർബ്ബന്ധമാണ്. കേരളീയ ക്ലാസിക് കലകളിൽ വരുന്ന കൃഷ്ണനാട്ടം കഥകളി എന്നിവയിലും മദ്ദളം പ്രധാന വാദ്യമാണ്. കൃഷ്ണനാട്ടത്തിൽ കേളി, അരങ്ങു കേളി, കഥാവതരണം തുടങ്ങിയ എല്ലാ സന്ദർഭങ്ങളിലും മദ്ദളം ഉപയോഗിക്കുന്നു. അതുപോലെ തന്നെയാണ് കഥകളിയിലും. കേളി, അരങ്ങുകേളി, പുറപ്പാട്, മേളപ്പദം, കഥാവതരണം തുടങ്ങിയ സന്ദർഭങ്ങളിലെല്ലാം ചെണ്ടയ്ക്കൊപ്പം മദ്ദളവാദനവുമുണ്ട്. മാത്രമല്ല കഥകളിയിലെ അരങ്ങുകേളി, 'ശുദ്ധമദ്ദളം' എന്ന പേരിലും അറിയപ്പെടുന്നു. നാടൻ കലകളായ മീനാക്ഷികല്യാണം, സംഘക്കളി എന്നിവയ്ക്കും കർണ്ണാടകദേശത്തെ കലയായ യക്ഷഗാനത്തിനും മദ്ദളം കൊട്ടുന്ന രീതിയുണ്ട്.

'തൊപ്പിമദ്ദളം' കൃഷ്ണനാട്ടത്തിന്റെ ഒരു വാദ്യസവിശേഷതയാണ്. രണ്ടുതരം മദ്ദളങ്ങളും ഒരുമിച്ചുപയോഗിക്കുന്ന ഏകകലയാണ് കൃഷ്ണാട്ടം. പ്രധാനമായും കേളിക്കും കഥാവതരണത്തിനും തൊപ്പിമദ്ദളം കൊട്ടുന്നു. കൊട്ടാരക്കരത്തമ്പുരാൻ ആവിഷ്കരിച്ച *രാമനാട്ട*ത്തിൽ, തൊപ്പിമദ്ദളവും ഉണ്ടായിരുന്നു. എന്നാൽ വെട്ടത്തുരാജാവ്, രാമനാട്ടത്തെ കഥകളിയാക്കി പരിഷ്കരിച്ചപ്പോൾ, തൊപ്പിമദ്ദളത്തിനു പകരം, കളിയരങ്ങിൽ ചെണ്ട ഏർപ്പെടുത്തുകയുണ്ടായി. അതുപോലെ കുഞ്ചൻ നമ്പ്യാർ ആവിഷ്കരിച്ച തുള്ളൽ കലകളിൽ തൊപ്പിമദ്ദളമാണ് ഉണ്ടായിരുന്നത്. എന്നാൽ പിന്നീട് അത് മാറ്റി മൃദംഗത്തെ തുള്ളൽ അരങ്ങിൽ ഉൾപ്പെടുത്തി.

രാജകീയ ചടങ്ങുകൾക്കാണ് വീരമദ്ദളം ഉപയോഗിക്കുന്നത്. കൊച്ചി മഹാരാജാവിന്റെ എല്ലാ ചടങ്ങുകൾക്കും ഇതുപയോഗിച്ചിരുന്നു. ആറാട്ടുപുഴ ഉത്സവത്തോടനുബന്ധിച്ചുള്ള എഴുന്നള്ളിപ്പിൽ ഇത് ഉപയോഗിച്ചിരുന്നു (രവിവർമ്മ-2010:14). ഇപ്പോൾ തൃപ്പൂണിത്തുറ അത്തച്ചമയത്തിന്

മാത്രം വീരമദ്ദളം ഉപയോഗിക്കുന്നു.

മത്താളം

മദ്ദളത്തിന്റെ ആകൃതിയിലുള്ള ഒരു നാടൻചർമ്മവാദ്യമാണ് 'മത്താളം.' പ്രാചീന വാദ്യങ്ങളിലൊന്നായി ഇതിനെ കണക്കാക്കിവരുന്നു. ആദിമഗോത്രജനതയുടെ വാദ്യസമുച്ചയത്തിൽ മത്താളവും കാണുന്നു. ചില കീഴാള ജനവിഭാഗക്കാരുടെ അനുഷ്ഠാനകലകളിൽ ഇതുപയോഗിക്കുന്നുണ്ട്.

കേരളത്തിലെ കോട്ടയം, ഇടുക്കി ജില്ലകളിലെ മലയോരവാസികളായ ഊരാളി, മന്നാൻ, മുതുവാൻ എന്നീ വിഭാഗങ്ങൾക്കിടയിൽ ഏറെ പ്രചാരമുള്ള വാദ്യമാണ് മത്താളം. പാലക്കാട് ജില്ലയിലെ അട്ടപ്പാടിയിലുള്ള ഇരുളരും ഈ വാദ്യം ഉപയോഗിക്കുന്നവരാണ്. മലയൻ, പുലയൻ, വണ്ണാൻ, പാണൻ തുടങ്ങിയ കീഴാള ജനവിഭാഗങ്ങൾക്കിടയ്ക്കും മത്താളത്തിന് പ്രചാരമുണ്ട്.

മത്താളം

മദ്ദളത്തിന്റെ ഒരു ലഘുരൂപമെന്നു വിശേഷിപ്പിക്കാവുന്ന 'മത്താളം' ഉണ്ടാക്കുന്നത് പ്ലാവ്, ആഞ്ഞിലി എന്നീ മരങ്ങൾകൊണ്ടാണ്. മത്താളക്കുറ്റിയുടെ നീളം ഏകദേശം 45–50 സെ മീ വരും. മദ്ധ്യഭാഗത്ത് ചുറ്റളവ് കൂടിയും അഗ്രമുഖങ്ങൾക്ക് ചുറ്റളവ് കുറഞ്ഞും ഇരിക്കും. ഒരഗ്രമുഖം ഉടുമ്പിന്റെ തോലുകൊണ്ടും മറ്റേ അഗ്രമുഖം അണ്ണാന്റെ തോലുകൊണ്ടു

മാണ് മൂടിക്കെട്ടുന്നത്. രണ്ടഗ്രമുഖങ്ങളും തോൽവാറുകൾ ഉപയോഗിച്ച് വരിഞ്ഞു മുറുക്കിക്കെട്ടുന്നു. ചില കാട്ടുവള്ളികളും പുഴുങ്ങി ഉണക്കിയെടുത്ത്, വാറായി ഉപയോഗിക്കാറുണ്ട്. മദ്ദളത്തെപ്പോലെയല്ല കൊട്ടുന്നത്. തോളിലിട്ട് ഒരുഭാഗത്ത് രണ്ടുകൈകൾ കൊണ്ടുമാണ് കൊട്ടുന്നത്.

അനുഷ്ഠാനകലകളുടെ അവതരണത്തിനാണ് ആദിവാസികൾ മത്താളം കൊട്ടുന്നത്. ഊരാളി ജനത കുറത്തിനാടകത്തിനും മലങ്കൂത്തിനും ഇതുപയോഗിക്കുന്നു. മന്നാൻ വിഭാഗക്കാരാകട്ടെ, മന്നാൻ കൂത്ത് നടത്തുമ്പോഴാണ് മത്താളം കൊട്ടുന്നത്. മന്നാൻ കൂത്തിന് മത്താളം ചൂടാക്കി കൊട്ടുന്ന രീതിയും കാണുന്നുണ്ട്. ഇരുളർ, ഉത്സവത്തോടനുബന്ധിച്ച് നടത്തുന്ന ഏലേലം കരടി എന്ന നൃത്തരൂപത്തിന്റെ താളവാദ്യമായി ഈ വാദ്യം ഉപയോഗിക്കുന്നു. ഉത്തരമലബാറിന്റെ അനുഷ്ഠാനകലകളായ തെയ്യം, തിറ എന്നിവയിലും മത്താളം ഉപയോഗിക്കാറുണ്ട്. വണ്ണാന്മാരുടെ അനുഷ്ഠാനമായ വണ്ണാൻകൂത്തിൽ ചെണ്ടക്കു പകരം മത്താളം കൊട്ടുന്ന രീതി കാണാം.

മൃദംഗം

ഏറ്റവും പഴക്കമേറിയ സംഗീതോപകരണങ്ങളിൽ ഒന്നാണ് മൃദംഗം. പാട്ടിനകമ്പടിയായി ഉപയോഗിക്കുന്ന താളവാദ്യം എന്ന നിലയ്ക്കാണ് ഇതിന് ഏറെ പ്രചാരം. തെന്നിന്ത്യയിലാകെ പ്രചരിച്ചിട്ടുള്ള കർണ്ണാടക സംഗീതത്തിന്, അത്യന്താപേക്ഷിതമായ വാദ്യമാണിത്. ഇതിന് 'ഭാണ്ഡവാദ്യം' എന്ന പേരുമുണ്ട്. മൃദ് എന്നാൽ മണ്ണ് എന്നാണർത്ഥം. അതുകൊണ്ട് മൃദംഗത്തിന് മണ്ണുകൊണ്ടുണ്ടാക്കിയ അംഗത്തോടുകൂടിയത് എന്നർത്ഥം പറയാം. എവിടേക്കും കൊണ്ടുപോകാവുന്നതായതിനാൽ ഇതിനെ ഭാണ്ഡവാദ്യം എന്നും പറയുന്നു. മടിയിൽ വെച്ചുവായിക്കുന്നതിനാൽ ഇത് അങ്ക്യം എന്ന വിഭാഗത്തിൽ വരുന്ന ചർമ്മവാദ്യമാണ്.

ഭരതമുനി നാട്യശാസ്ത്രത്തിൽ ചർമ്മവാദ്യത്തെക്കുറിച്ച് തുടങ്ങുന്നതുതന്നെ 'മൃദംഗം' എന്ന പദം ഉപയോഗിച്ചാണ്. മണ്ണുകൊണ്ടുണ്ടാക്കി തോൽകൊണ്ട് അടച്ചുകെട്ടീട്ടുള്ളത് എന്നർത്ഥത്തിലാണ് മൃദംഗം എന്നു പറഞ്ഞിട്ടുള്ളത്. വിശ്വകർമ്മാവിന്റെ സഹായത്തോടുകൂടിയാണ് സ്വാതി മഹർഷി മൂന്നുവിധം മൃദംഗങ്ങളുണ്ടാക്കിയതെന്നും നാട്യശാസ്ത്രത്തിൽ സൂചിപ്പിക്കുന്നു. ശരീരത്തോട് ചേർത്തുകൊട്ടുന്നത് (ആലിംഗ്യം) മുകളിലേക്കു മുഖമാക്കി കൊട്ടുന്നത് (ഊർദ്ധകം) മടിയിൽ വെച്ചു കൊട്ടുന്നത് (ആങ്കികം) എന്നിവയാണ് മൂന്നു വിധത്തിലുള്ള ചർമ്മവാദ്യങ്ങൾ. ഇതിൽ സംഗീതത്തോടൊപ്പം മടിയിൽ വെച്ചുകൊട്ടുന്നതിനെയാണ് 'മൃദംഗം' എന്ന വിശേഷമായി പറയുന്നത്.

എഴുത്തച്ഛൻ *അദ്ധ്യാത്മരാമായണം കിളിപ്പാട്ടിൽ* 'മൃദംഗാനകഭേരി തുര്യഘോഷം' എന്നു പറയുന്നത്, ചർമ്മവാദ്യങ്ങളെ ഒന്നിച്ചു സൂചിപ്പിക്കാനായിരിക്കണം, കുഞ്ചൻ നമ്പ്യാരാകട്ടെ, 'പന്തടി വീണാ വേണു മൃദംഗം' എന്നു പറയുന്നത്, സംഗീതോപകരണം എന്ന വിശേഷണത്തെ

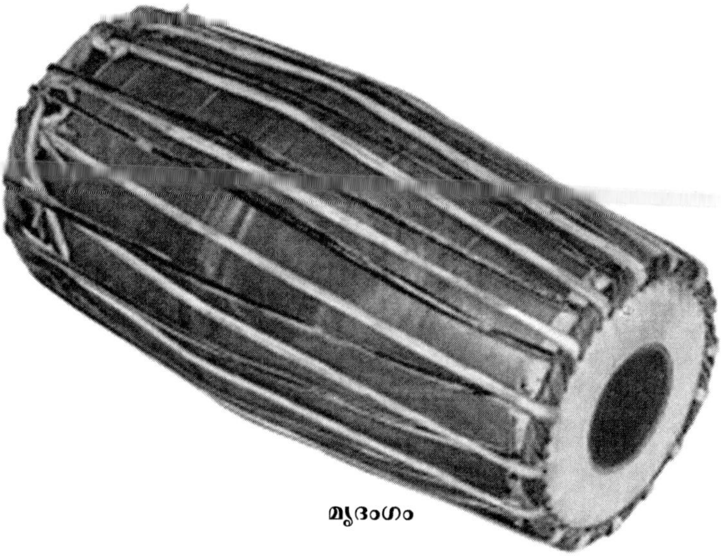

മൃദംഗം

ക്കുറിച്ചുമാണ്. കോട്ടയത്തു തമ്പുരാൻ എഴുതിയ വന്ദനശ്ലോകത്തിൽ മൊഴക്കുന്ന് ഭഗവതിയെ, 'മൃദംഗശൈലനിലയേ ശ്രീപോർക്കലീ' എന്നു വിശേഷിപ്പിക്കുന്നു. ഇതൊക്കെ സൂചിപ്പിക്കുന്നതിന് മൃദംഗം എന്ന പദം കേരളീയർക്കു വളരെ മുമ്പു മുതല്ക്കേ സുപരിചിതമായിരുന്നു എന്നുള്ളതാണ്.

പ്ലാവിന്റെ തടികൊണ്ടു നിർമ്മിക്കുന്നതാണ് മൃദംഗത്തിന്റെ കുറ്റി. ഇതിന്റെ ഉൾഭാഗം പൊള്ളയായിരിക്കും. ഇതിന് ഏകദേശം 60 സെ മീ നീളം കാണും. അഗ്രഭാഗങ്ങളിലും വൃത്തപരിധി കുറഞ്ഞും നടുക്ക് കൂടിയും ഇരിക്കുന്ന വിധമാണ് ആകൃതി. കന്നുകാലികളുടെ തോലുകൊണ്ടാണ് അഗ്രമുഖങ്ങൾ പൊതിയുന്നത്. തോലിന്റെതന്നെ വളയം അഗ്രമുഖങ്ങളിൽ ചേർത്തുവെച്ച് അതിന്മേലാണ് തോലുകൾ ഒട്ടിക്കുന്നത്. രണ്ടഗ്രഭാഗങ്ങളെയും തോൽവാറുകൾ കൊണ്ട് ബന്ധിപ്പിക്കുന്നു. വാറിന്റെയും ഉടലിന്റെയും ഇടയ്ക്ക് ചെറിയ ഉരുണ്ട മരക്കഷണങ്ങൾ തിരുകി വെക്കാറുണ്ട്. ശ്രുതിയിൽ വ്യതിയാനം വരുത്തുന്നതിനുവേണ്ടിയാണിത്. വലതു കണങ്കാലിൽ കിടത്തിവെച്ച് കൈവിരലുകൾകൊണ്ട് രണ്ടഗ്രങ്ങളിലും തട്ടി, മൃദംഗം വായിക്കുന്നു.

കർണ്ണാടകസംഗീതക്കച്ചേരിയിലാണ് മൃദംഗം കൂടുതലായും ഉപയോഗിക്കുന്നത്. കേരളത്തിൽ പ്രചരിച്ചിട്ടുള്ള ഭരതനാട്യം, കുച്ചുപ്പുടി, മോഹിനിയാട്ടം തുടങ്ങിയ നൃത്തരൂപങ്ങളിൽ പക്കമേളത്തിൽ ഈ വാദ്യവുമുണ്ട്. തുള്ളൽ കലയിൽ മൃദംഗം ഉപയോഗിച്ചുവരുന്നു. പാലക്കാട് ജില്ലയിൽ പ്രചാരത്തിലുള്ള നാടോടിനാടകങ്ങളായ പുറാട്ടുകളി, മീനാക്ഷികല്യാണം എന്നിവയുടെ അരങ്ങിലും ഈ വാദ്യം കാണാം. കേരളത്തിന്റെ

ഉത്തര ഭാഗങ്ങളിൽ മാത്രമുള്ള കന്നടകലാരൂപമായ യക്ഷഗാനത്തിൽ മദ്ദളത്തിന്റെ സ്ഥാനത്ത്, അപൂർവ്വമായി മൃദംഗവും ഉപയോഗിക്കാറുണ്ട്.

മിഴാവ്

കേരളത്തിലെ അതിപ്രാചീനമായൊരു ചർമ്മവാദ്യമാണ് 'മിഴാവ്.' ഇതിന് തമിഴ് നാട്ടിലും പ്രചാരമുണ്ടായിരുന്നു. ഇതൊരു ദേവവാദ്യമായി കണക്കാക്കിവരുന്നു. ഒരു വലിയ കുടത്തിന്റെ ആകൃതിയാണിതിനുള്ളത്. മൃദംഗത്തെപ്പോലെ മിഴാവിനും 'ഭാണ്ഡവാദ്യം' എന്ന പേര് നാട്യശാസ്ത്രത്തിലുണ്ട്. കൂടാതെ 'പ്ടാവ്' 'മ്ലാവ്' എന്നീ പേരുകളിലും മിഴാവ് അറിയപ്പെടുന്നു (രവിവർമ്മ -2010).

കൂടിയാട്ടത്തിലെ പ്രധാനവാദ്യമായതിനാൽ മിഴാവിന് കൂടിയാട്ടത്തോളം കാലപ്പഴക്കം കാണും. കൂടിയാട്ടത്തിന് ഏകദേശം 2000 വർഷത്തെ പഴക്കമുണ്ടെന്നാണ് വാദം. അതെന്തായാലും ഭരതമുനി നാട്യശാസ്ത്രത്തിൽ പറയുന്ന മൃദംഗ വാദ്യങ്ങളിൽ മിഴാവുമുണ്ട്. ആദിമഗോത്രജനത മണ്ണുകൊണ്ട് കുടം ഉണ്ടാക്കുകയും അത് വാദ്യമായി പാട്ടിനും ആട്ടത്തിനും ഉപയോഗിക്കുകയും ചെയ്തിരിക്കണം. കുടത്തിന്റെ വായ്ഭാഗം വേട്ടയാടിപ്പിടിച്ച മൃഗത്തിന്റെ തോലുകൊണ്ട് മൂടിക്കെട്ടി, വാദ്യമായി പിന്നീടവർ ഉപയോഗിച്ചതായി കരുതാം. ഇതായിരിക്കണം പില്കാലത്ത് 'മിഴാവ്' എന്ന വാദ്യത്തിലേക്കുള്ള പരിണാമം.

മിഴാവ്

സംഘകാലഘട്ടത്തിൽ 'മിഴാവ്' എന്ന വാദ്യം പ്രചാരത്തിലുണ്ടായിരുന്നതായി, സംഘകാല കൃതിയായ ഇളങ്കോവടികളുടെ *ചിലപ്പതികാരം* സാക്ഷ്യപ്പെടുത്തുന്നു. 'മുഴ', 'കുടമുഴ' എന്നിങ്ങനെയാണ് *ചിലപ്പതികാരത്തിൽ* മിഴാവിനെ സൂചിപ്പിക്കുന്നത്. നായികയായ മാധവിയുടെ അരങ്ങേറ്റം, ഇന്ദ്രോത്സവത്തിലെ എഴുന്നള്ളിപ്പ്, കർഷകരുടെ കൊയ്ത്തും മെതിക്ക്, പടനായികളുടെ സന്നാഹങ്ങൾക്ക് എന്നിങ്ങനെ മിഴാവ് ഉപയോഗിച്ചിരുന്ന പല സന്ദർഭങ്ങളും ഈ കൃതിയിൽ കാണാം.

എ ഡി 8 മുതൽ 12 വരെയുള്ള ചേരചക്രവർത്തിമാരുടെ കാലഘട്ടത്തിലാണ് കൂടിയാട്ടം ഒരു ക്ഷേത്രകല എന്ന നിലയ്ക്ക് വളർന്നത്. ചേരചക്രവർത്തിയായ കുലശേഖരൻ (എ ഡി 10-ാം ശതകം) കൂടിയാട്ടം പരിഷ്കരിക്കുകയുണ്ടായി. *സുഭദ്രാധനഞ്ജയം, തപതീസംവരണം* എന്നീ രണ്ടു നാടകങ്ങൾ രചിക്കുകയും 'വ്യംഗ്യവ്യാഖ്യ' എന്ന പേരിൽ അദ്ദേഹം രംഗപാഠങ്ങൾ തയ്യാറാക്കുകയുംചെയ്തു. ഈ കാലഘട്ടത്തിൽ മിഴാവിന് നാട്യഅരങ്ങിൽ കാര്യമായ സ്ഥാനം ഉണ്ടായിരുന്നതായി കരുതാം.

തമിഴിൽനിന്നും മലയാളത്തിലേക്കുള്ള പരിവർത്തനഘട്ടത്തിൽ എഴുതപ്പെട്ടിട്ടുള്ള 'കണ്ണശ്ശ രാമായണ'ത്തിൽ 'ഇടിയാകിന മിഴാവൊലിയാലുടനേവർക്കും പരിതാപം കളവാൻ' എന്നു പറഞ്ഞിരിക്കുന്നു. ഇതിൽ മിഴാവിന്റെ ശബ്ദത്തെ ഇടിനാദത്തോടാണ് സാദൃശ്യപ്പെടുത്തിയിരിക്കുന്നത്. എഴുത്തച്ഛൻ 'മൃദംഗം' എന്ന പദം ഉപയോഗിച്ചിട്ടുണ്ടെന്നല്ലാതെ 'മിഴാവ്' എന്നു പറഞ്ഞു കാണുന്നില്ല. കുഞ്ചൻ നമ്പ്യാർ തുള്ളൽ കൃതികളിൽ മിഴാവിനെക്കുറിച്ചും സൂചിപ്പിക്കുന്നുണ്ട്.

നാട്യത്തിനു വേണ്ടി സ്വാതിമഹർഷി വിശ്വകർമ്മാവിനെക്കൊണ്ടു നിർമ്മിച്ച മൂന്നുവിധം മൃദംഗത്തിൽ വരുന്നതാണ് മിഴാവെന്ന് ഭരതമുനിയുടെ നാട്യശാസ്ത്രത്തിൽ കാണുന്നു. മുഖം മുകളിലേക്കാക്കി കൊട്ടുന്ന എന്നർത്ഥത്തിൽ 'ഊർദ്ധകം' എന്ന വിഭാഗത്തിലാണ് ഇതിനെ ഉൾപ്പെടുത്തിയിരിക്കുന്നത്. സംസ്കൃത നാടകാഭിനയത്തിന്റെ കേരളീയ രൂപമായ കൂടിയാട്ടത്തിനു വേണ്ടി പരശുരാമൻ ഉണ്ടാക്കിയതാണ് 'മിഴാവ്' എന്നൊരൈതിഹ്യവും പറഞ്ഞുവരുന്നുണ്ട്. മിഴാവ് 'സ്വയംഭൂ' ആണെന്നൊരു കഥ മലബാറിൽ പ്രചാരത്തിലുണ്ട്. ഉത്തരകേരളത്തിൽപ്പെട്ട പഴയ തലശ്ശേരി താലൂക്കിലെ പുരളിമല എന്ന സ്ഥലത്താണ് മിഴാവ്, സ്വയംഭൂവായതെന്നാണൈതീഹ്യം. എന്നാൽ മുത്തപ്പൻ ദൈവത്തിന്റെ വരവോടെ ഈ മിഴാവ്, പുരളിമലയുടെ ചുവട്ടിലേക്കെത്തി. ഈ സ്ഥലത്തെ 'മിഴാകുന്ന്' എന്നു വിളിച്ചുപോന്നു. ഇതാണ് പിന്നീട് 'മുഴക്കുന്നായി' മാറിയത്. ഇവിടുത്തെ ക്ഷേത്രത്തിൽ 'മിഴാവിൽ ഭഗവതി' എന്നൊരു സങ്കല്പവും അതിന്റെ പൂജയും നിലനിന്നുവരുന്നു. മിഴാവിനെ പീഠത്തിൽ വെച്ച് പൂജിക്കുന്ന ഒരാചാരവും നിലവിലുണ്ട്. മിഴാവിൽ ശിവവാഹനമായ 'നന്ദി' കുടികൊള്ളുന്നുണ്ട് എന്ന വിശ്വാസത്തിലാണിത്. അതിനാൽ മിഴാവിന് ഒരു ഉപദേവതയുടെ സ്ഥാനം കല്പിക്കുകയും ശുദ്ധാചാരങ്ങൾ ചെയ്യുകയും പതിവാണ്.

വലിയ കുടത്തിന്റെ ആകൃതിയിലുള്ള വാദ്യമാണ് മിഴാവ്. മണ്ണുകൊണ്ടാണ് ആദ്യകാലങ്ങളിൽ ഇതുണ്ടാക്കിയിരുന്നത്. എന്നാൽ 'ചെമ്പ്' എന്ന ലോഹം കൊണ്ടുണ്ടാക്കിയിട്ടുള്ള മിഴാവുകളാണധികവും. പാഞ്ഞാൾ, മാടായിക്കാവ് എന്നിവിടങ്ങളിൽ മണ്ണുകൊണ്ടുണ്ടാക്കിയ മിഴാവുകൾ ഇപ്പോഴുമുണ്ട്. വലിയ മിഴാവിന്റെ പൊക്കം 95 സെ മീ വരും. മദ്ധ്യഭാഗത്തിന് 65 സെ മീ ഉം വായ്ഭാഗത്തിന് 15 സെ മീ ഉം വ്യാസം ഉണ്ടാകും. മിഴാവിന്റെ വായ് ഭാഗം മൂടുന്നത് പശുവിൻതോലുകൊണ്ടാണ്. ആട്, കരിങ്കുരങ്ങ് എന്നിവയുടെ തോലും ഉപയോഗിച്ചുവരുന്നു. ഈ ഭാഗത്ത് രണ്ടു കൈകളുടെയും വിരലുകൾ ഉപയോഗിച്ചാണ് കൊട്ടുന്നത്. മിഴാവിന്റെ ഒരുവശത്ത് ചെറിയൊരു ദ്വാരവും കാണുന്നു.

മിഴാവിന്റെ സ്ഥാനം കൂത്തമ്പലത്തിൽ നിശ്ചയിച്ചിട്ടുള്ള 'കുതപ' സ്ഥാനത്താണ്. ഇത് നേപത്ഥ്യത്തിനും രംഗശീർഷത്തിനും മദ്ധ്യേയുള്ള സ്ഥാനമാണ്. മരത്തിന്റെ കൂട്ടിലാണ് വെക്കുന്നത്. ഇതിനെ 'മിഴാവന്ന' എന്നു പറയുന്നു. മിഴാവിന്റെ അടിഭാഗം നിലത്തു തട്ടരുത് എന്നാണ് വിശ്വാസം. മിഴാവ് കേടുവന്നാൽ അല്ലെങ്കിൽ ഉപയോഗശൂന്യമായാൽ തന്ത്രവിധിപ്രകാരം സംസ്കരിക്കണമെന്നാണ് നിയമം.

കേരളത്തിൽ മിഴാവ് കൊട്ടാനുള്ള അവകാശം 'നമ്പ്യാർ' സമുദായക്കാർക്കുമാത്രമാണ്. ഇവർ അമ്പലവാസി വിഭാഗത്തിൽപ്പെട്ടവരാണ്. 'മിഴാവ്' പാണികളെക്കൊണ്ടു കൊട്ടുന്നതിനാൽ 'പാണിവാദൻ' എന്ന പേരും നമ്പ്യാർക്കുണ്ട്. ചാക്യാർക്കൂത്തിനും കൂടിയാട്ടത്തിനും മിഴാവു കൊട്ടുന്നവരാണിവർ. കുഞ്ചൻ നമ്പ്യാർ, കൂത്തിനു മിഴാവു കൊട്ടിക്കൊണ്ടിരുന്നപ്പോൾ ഉറക്കം തൂങ്ങിയതുകണ്ട് ചാക്യാർ അധിക്ഷേപിക്കുകയും അതിനുപകരം വീട്ടാനായി, ആ രാത്രിതന്നെ ഒരു തുള്ളൽ കഥ ഉണ്ടാക്കുകയും പിറ്റേന്നു കൂത്തിന്റെ സമയത്തുതന്നെ കളിത്തട്ടിൽ കയറി തുള്ളൽ അവതരിപ്പിക്കുകയും ചെയ്തു എന്ന ഐതിഹ്യം പ്രസിദ്ധമാണ്.

കൂടിയാട്ടം, ചാക്യാർകൂത്ത്, നങ്ങ്യാർകൂത്ത് എന്നീ ക്ലാസിക് കലകളിലാണ് 'മിഴാവ്' ഉപയോഗിക്കുന്നത്. മിഴാവിൽ തായമ്പക കൊട്ടുന്ന രീതിയും ഇന്നു കാണുന്നു.

പഞ്ചമുഖമിഴാവ്

പ്രാചീന തമിഴകത്ത് പ്രചാരത്തിലുണ്ടായിരുന്ന മിഴാവ് ഗണത്തിൽപ്പെടുന്ന ഒരു വാദ്യമാണ് 'പഞ്ചമുഖമിഴാവ്.' പേരിൽ സൂചിപ്പിക്കുന്നതുപോലെ ഈ മിഴാവിനത്തിന് അഞ്ചു മുഖങ്ങളുണ്ട്. ക്ഷേത്രപൂജാവേളകളിലാണ് ഇതുപയോഗിച്ചിരുന്നത്. തമിഴ്നാട്ടിലെ തഞ്ചാവൂർ ജില്ലയിലെ തിരുവാരൂർ, തിരുത്തുറൈ, പൂണ്ടി എന്നിവിടങ്ങളിലെ ക്ഷേത്രങ്ങളിൽ മാത്രമാണ് ഇന്ന് ഈ വാദ്യരൂപം ഉള്ളത്. ഇതിനെയും നാട്യശാസ്ത്ര ത്തിൽ പറയുന്ന 'ഭാണ്ഡവാദ്യം' എന്ന വകുപ്പിൽ പെടുത്താം. മാത്രമല്ല, ഇതും ഊർദ്ധ്വകവാദ്യമാണ്.

പ്രാചീനകാലം മുതല്ക്കേ തമിഴകത്തും കേരളത്തിലും 'മുഴ, കുടമുഴാ' എന്നീ പേരുകളിലാണ് 'മിഴാവ്' അറിയപ്പെട്ടിരുന്നത്. ഇതിന് ഒറ്റ മുഖം മാത്രമേ ഉണ്ടായിരുന്നുള്ളൂ. ആദ്യകാലത്ത് മണ്ണുകൊണ്ടും പിന്നീട് ചെമ്പുകൊണ്ടുമാണ് മിഴാവുണ്ടാക്കിയിരുന്നത്. ഇതിനുശേഷം പരീക്ഷണപ്രകാരം രണ്ട്, മൂന്ന്, നാല്, അഞ്ച് എന്നിങ്ങനെ മുഖങ്ങൾ വരുന്ന വിവിധ മിഴാവുകൾ ഉണ്ടാക്കിയിരിക്കണം.

ഹൈന്ദവവിശ്വാസപ്രകാരം തൗര്യത്രികം [illegible] [illegible] ശ്രീപരമശിവനിൽ നിന്നും തുടങ്ങുന്നു. ശിവന് അഞ്ചു മുഖങ്ങളുണ്ടെന്നാണ് ഒരു വിശ്വാസം. സദ്യോജാതം, വാമവേദം, ഈശാനം, തത്പുരുഷം, അഘോരം എന്നിവയാണവ. ഈ പഞ്ചമുഖങ്ങളിൽ നിന്നാണ് സംഗീതത്തിലെ സപ്തസ്വരങ്ങൾ ഉണ്ടായതെന്ന് വിശ്വസിച്ചുവരുന്നു. പഞ്ചമുഖമിഴാവിലെ അഞ്ചു മുഖങ്ങളും ശിവന്റെ അഞ്ചുമുഖങ്ങളാണെന്നാണ് സങ്കല്പിക്കുന്നത്. അതിനാൽ ഈവാദ്യത്തിന്റെ ദേവത പരമശിവൻ തന്നെ.

പഞ്ചമുഖമിഴാവ്

പഞ്ചമുഖമിഴാവും ഒരു ദേവവാദ്യമാണ്. ഇത് വായിക്കാൻ പരമശിവൻ നന്ദികേശ്വരനെ ചുമതലപ്പെടുത്തി എന്ന വിശ്വാസം നിലനില്ക്കുന്നു. ക്ഷേത്രങ്ങളിൽ 'പാരശൈവർ' എന്ന സമുദായക്കാരാണ് ഇത് വായിച്ചിരുന്നത്.

വലിയ ഭരണിയുടെ ആകൃതിയിലുള്ള ഈ വാദ്യം നിർമ്മിച്ചിട്ടുള്ളത് 'ഓട്' എന്ന കൂട്ടുലോഹം കൊണ്ടാണ്. അതുകൊണ്ടുതന്നെ ഇതിന് കനംകൂടും. ഇതിന് ഏകദേശം 2 $^1/2$ മീറ്ററോളം ഉയരം വരും. നടുവിലത്തെ മുഖമാണ് വലുത്; മറ്റു നാലു മുഖങ്ങൾ ചെറുതാണ്. മദ്ധ്യമുഖത്തിൽ $^3/4$ മീറ്റർ പരിധിയുണ്ട്. മറ്റുമുഖങ്ങൾക്ക് അതിൽ ഒരല്പം കുറഞ്ഞ വൃത്തപരിധിയാണുള്ളത്. ഒരു ചെറിയ നാലു ചക്രവണ്ടിയിലാണ് ഇത് സൂക്ഷിക്കുന്നത്. ഉയർന്ന പീഠത്തിലിരുന്ന് കൈവിരലുകൾ കൊണ്ടുതന്നെയാണ് ഇത് കൊട്ടുന്നതും.

തമിഴ്നാട്ടിലെ ക്ഷേത്രവാദ്യമായ പഞ്ചമുഖ മിഴാവിന് ഇന്ന് കേരളത്തിൽ തീരെ പ്രചാരമില്ല. ഈ അടുത്തയിടെ 'ശാകുന്തളം കൂടിയാട്ട'ത്തിന് മിഴാവിനൊപ്പം പഞ്ചമുഖമിഴാവ് കൊട്ടുകയുണ്ടായി.

പുള്ളുവമിഴാവ്

പ്രാചീനമായൊരു നാടൻ ചർമ്മവാദ്യമാണ് 'പുള്ളുവമിഴാവ്.' കേരളത്തിലെ പുള്ളുവ സമുദായക്കാർ ഉപയോഗിച്ചിരുന്നതിനാലാകണം ഈ

മിഴാവിന് പുള്ളുവമിഴാവ് എന്ന പേരു ലഭിച്ചത്. നാഗപ്പാട്ട്, പ്രേതസംബന്ധമായി നടത്തുന്ന പുള്ളുവപ്പാട്ട്, പിണിയൊഴിക്കൽ തുടങ്ങിയ സന്ദർഭങ്ങളിൽ പുള്ളുവമിഴാവ് വാദ്യമായി ഉപയോഗിച്ചിരുന്നു.

പുള്ളുവ മിഴാവിനെക്കുറിച്ചൊരു കഥ പ്രചാരത്തിലുണ്ട്. ദേവാധിപനായ ഇന്ദ്രന് പിണിദോഷം ഉണ്ടായി. പിണിതീർക്കാൻ പുള്ളുവർ വേണമെന്നു നിശ്ചയിക്കുകയും അതുപ്രകാരം, പുള്ളുവന്മാർ ദേവലോകത്തെത്തുകയും ചെയ്തു. പാട്ടുപാടി, പിണി ദോഷം തീർക്കാൻ തീരുമാനിച്ചു. പാട്ടിന് അകമ്പടി വാദ്യങ്ങളായി ദേവലോകത്തു നിന്നും മദ്ദളം, തിമില, മദ്ദളം എന്നിവ നല്കിയെങ്കിലും ഇന്ദ്രന്റെ പിണിബാധ ഒഴിഞ്ഞുപോയില്ല. ഈ സന്ദർഭത്തിൽ 'ദേവമിഴാവടിച്ചൊരു പാട്ടുപാടണ'മെന്ന് അശരീരി ഉണ്ടായി. അതുപ്രകാരം അവർക്ക് മിഴാവ് നല്കുകയും അത് കൊട്ടി പിണി ദോഷം തീർക്കുകയും ചെയ്തു. ഇങ്ങനെ പുള്ളുവർക്കു ദേവലോകത്തു നിന്നും ലഭിച്ചതാണ് 'പുള്ളുവമിഴാവ്' എന്നാണ് വിശ്വസിക്കുന്നത്.

വലിയൊരു മൺകുടമാണ് മിഴാവിന്റെ ആകൃതി. ഇതിന്റെ വായ്ഭാഗം തോലുകൊണ്ട് മൂടിക്കെട്ടുന്നു. അതിൽ രണ്ടുകൈകളുടെയും വിരലുകൾ കൊണ്ട് കൊട്ടിയാണ് ശബ്ദമുണ്ടാക്കുന്നത്. ഒരു കാലത്ത് പുള്ളുവർക്കിടയിൽ ഏറെ പ്രചാരത്തിലുള്ള ഈ വാദ്യം ഇപ്പോൾ തീരെ കാണുന്നില്ല എന്നുതന്നെ പറയാം.

കുടം

ഒരു മൺകുടത്തിന്റെ ആകൃതിയും വലിപ്പവുമുള്ള ചർമ്മവാദ്യമാണ് 'കുടം.' ഗോത്രജീവിതത്തിൽ തുടങ്ങി നാടൻ ജീവിതത്തിലേക്ക് എത്തിപ്പെട്ട ഒരപൂർവ്വ വാദ്യമാണിത്. ഇതിനെ കുടാ എന്നു വിളിക്കുന്നു.

ആദിമ ജനത അവരുടെ ജീവിതവുമായി ബന്ധപ്പെട്ട പലതും പാട്ടിനും ആട്ടത്തിനും വാദ്യമായി ഉപയോഗിച്ചിരിക്കണം. അക്കൂട്ടത്തിൽ മൺകുടവും ഉണ്ടായിരുന്നു. വായ്ഭാഗം തുറന്നിരിക്കുന്നതായിരുന്നു അക്കാലത്തെ കുടം. ഈ മൺകുടത്തിനു പുറത്ത് കൈവിരലുകൾ കൊണ്ട് കൊട്ടിയാണ് ശബ്ദമുണ്ടാക്കിയിരുന്നത്. പിന്നീട് മൺകുടത്തിന്റെ വായ്ഭാഗം, മൃഗത്തോലുകൊണ്ട് മൂടിക്കെട്ടിയിരുന്നു. അതിൽ കൈവിരലുകൾ കൊണ്ടോ, കനംകുറഞ്ഞ കമ്പുകൾ കൊണ്ടോ കൊട്ടി ശബ്ദമുണ്ടാക്കിയിരുന്നു. ഈവാദ്യം ഏറെക്കാലം നിലനിന്നിരുന്നതായി കാണാം. എന്നാൽ മൺകുടത്തിനുപകരം, ലോഹങ്ങൾ കൊണ്ടുള്ള കുടം ഉപയോഗിക്കാൻ തുടങ്ങി. കൂട്ടുലോഹമായ 'ഓട്' ഇതിനുപയോഗിച്ചു. ഈ ലോഹക്കുടത്തിന്റെ വായ്ഭാഗം മാനിന്റേയോ ഉടുമ്പിന്റെയോ തോലുകൊണ്ട് മൂടും. ഇതാണ് 'കുടം' എന്ന വാദ്യം. തോൽഭാഗത്ത് പാളവിശറികൊണ്ട് അടിച്ചാണ് ശബ്ദമുണ്ടാക്കുന്നത്.

തിരുവനന്തപുരത്തിന്റെ തെക്കുഭാഗത്തുള്ള ഹിന്ദുനാടാർ, പാലക്കാട് ജില്ലയിലെ മൺപാത്രനിർമ്മാതാക്കളായ കുശവന്മാർ എന്നിവരാണ് 'കുടം' വാദ്യമായി ഉപയോഗിക്കുന്നത്. ഈ സമുദായക്കാർ നടത്തുന്ന 'വില്ലടി

ച്ചാൻ പാട്ടിന് (വില്പാട്ട്) അകമ്പടിയായി 'കുടം' എന്ന വാദ്യം ഉപയോഗിച്ചുവരുന്നു. പുള്ളുവർ 'കുടം' കൊട്ടി മേളം നടത്തുന്ന രീതിയും കാണുന്നു.

പെരുമ്പറ

ചർമ്മവാദ്യങ്ങളിൽ വലുത് എന്ന വിശേഷണത്തിനർഹമായ വാദ്യമാണ് പെരുമ്പറ. ഇതിന് പടഹം, ഭേരി, നഗരാവ് (നകാരാവ്) എന്നീ പേരുകളുമുണ്ട്. ദേവലോകവാദ്യങ്ങളിൽ ഒന്നായ പെരുമ്പറ, മംഗളവാദ്യമായിട്ടാണ് അറിയപ്പെടുന്നത്. രാജാക്കന്മാരുടെ വിളംബരങ്ങൾക്കും യുദ്ധരംഗത്തും ഇത് ഉപയോഗിച്ചിരുന്നതായി സാഹിത്യ കൃതികളിൽ കാണുന്നു. ഊർദ്ധ്വകം എന്ന വിഭാഗത്തിൽ വരുന്ന ഈ വാദ്യം സ്ഥിരമായി ഉറപ്പിച്ചു നിർത്തിയിട്ടുള്ളതാണ്.

ഭരതമുനിയുടെ നാട്യശാസ്ത്രത്തിൽ ദേവന്മാരുടെ പെരുമ്പറകൾ കണ്ടിട്ടാണ് അനവദ്ധവാദ്യങ്ങൾ ഉണ്ടാക്കിയത് എന്നു പറയുന്നുണ്ട്. ഇതിൽത്തന്നെ ഭേരി, പടഹം എന്നീ പദങ്ങളും ഉപയോഗിച്ചിട്ടുണ്ട്. *ചിലപ്പതികാരത്തിൽ* 'പടകം' എന്ന വാദ്യം കാണുന്നു. ഇത് പെരുമ്പറയാണെന്നുതന്നെയാണ് പണ്ഡിതമതം. *കൃഷ്ണഗാഥയിൽ* ചെറുശ്ശേരി, പലയിടത്തും ഭേരി എന്ന വാദ്യത്തെക്കുറിച്ചു പറയുന്നുണ്ട്. എഴുത്തച്ഛൻ *ആദ്ധ്യാത്മരാമായണം കിളിപ്പാട്ടിൽ* 'ഘോരമായുള്ളൊരു പെരുമ്പറനാദവും' എന്നും ഭാരതം കിളിപ്പാട്ടിൽ, ശംഖങ്ങൾ ഭേരി പെരുമ്പറ 'മദ്ദളം' എന്നും സൂചിപ്പിക്കുന്നു. ഭേരി, പെരുമ്പറ എന്നിങ്ങനെ രണ്ടും സൂചിപ്പിച്ചിരിക്കുന്നതിനാൽ ഇതു രണ്ടും രണ്ടാണെന്ന ധാരണ അക്കാലത്ത് ഉണ്ടായിരിക്കണം. കുഞ്ചൻനമ്പ്യാരുടെ കൃതികളിൽ ഭേരി, പടഹം എന്നീ പദങ്ങളാണ് കാണുന്നത്.

പെരുമ്പറ, വലിയൊരു ഭരണിയുടെ ആകൃതിയിൽ ഒരു വായ്ഭാഗം മാത്രമുള്ള വാദ്യമാണ്. ഇതിന്റെ കുറ്റി, മരംകൊണ്ടാണ് ഉണ്ടാക്കുന്നത്. പ്ലാവ്, കുമിഴ് എന്നിവയാണ് പ്രധാനമായും ഉപയോഗിക്കുന്ന മരങ്ങൾ. കൂട്ടുലോഹങ്ങൾകൊണ്ടും ഇതിന്റെ കുറ്റി ഉണ്ടാക്കാറുണ്ട്. കുറ്റിക്ക് ഏകദേശം 1 മീറ്റർ മുതൽ 1 $^1/2$ മീറ്റർ വരെ ഉയരം (നീളം) കാണും. വായ്ഭാഗത്തിന്റെ വ്യാസം 60 സെ മീ ഉണ്ടാകും. വായ്ഭാഗം കാളയുടെ തോലുകൊണ്ടാണ് മൂടിക്കെട്ടുന്നത്. തോൽവാറുകൾ ഉപയോഗിച്ച് വരിഞ്ഞുകെട്ടും. കനം കൂടിയ കോലുകൾ കൊണ്ടാണ് പെരുമ്പറ അടിക്കുന്നത്.

തൃപ്പൂണിത്തുറയിൽ കിഴക്കേകോട്ടവാതില്ക്കൽ ഒരു പെരുമ്പറ(നകരാ) ഉണ്ടായിരുന്നു. വിവരങ്ങൾ ജനങ്ങളെ അറിയിക്കുന്നതിനുവേണ്ടിയായിരുന്നു ഇത്. കൂടാതെ രാവിലെയും ഉച്ചക്കും സന്ധ്യക്കും സമയം അറിയിക്കാൻ പെരുമ്പറ അടിക്കുന്നരീതി ഉണ്ടായിരുന്നു. തിരുവേഗപ്പുറ ക്ഷേത്രത്തിൽ ദീപാരാധനയ്ക്കു മുമ്പ് പെരുമ്പറ അടിക്കുന്ന രീതി കാണാം. തിരുവനന്തപുരം ശ്രീപത്മനാഭസ്വാമിക്ഷേത്രത്തിൽ ചിത്തിരതിരുനാൾ ദർശനത്തിനു വരുന്നതിനു തൊട്ടു മുമ്പ് പെരുമ്പറയടിക്കുന്ന രീതി

യുണ്ടായിരുന്നു (രവിവർമ്മ 2010–45). തൃശൂർ വടക്കുന്നാഥ ക്ഷേത്രത്തിലും ദീപാരാധനയ്ക്കു മുമ്പ് പെരുമ്പറയടി പതിവുണ്ടായിരുന്നു.

തബല

കേരളത്തിൽ ഏറെ പ്രചാരത്തിലുണ്ടെങ്കിലും തീർത്തും അകേരളീയമായൊരു വാദ്യമാണ് തബല. ഉത്തരേന്ത്യൻ സംഗീതവും (ഹിന്ദുസ്ഥാനി സംഗീതം) നൃത്തരൂപങ്ങളും ഈ വാദ്യത്തിന്റെ അകമ്പടിയോടുകൂടി അവതരിപ്പിച്ചുവരുന്നവയാണ്. രണ്ടു തുകൽവാദ്യങ്ങളെ ഒന്നിച്ചു ചേർത്താണ് 'തബല' എന്നു പറയുന്നത്. ഒന്ന് വലതുകൈകൊണ്ട് വായിക്കുന്നതും മറ്റേത് ഇടതുകൈകൊണ്ട് വായിക്കുന്നതുമാണ്. ഇടതുകൈ കൊണ്ട് വായിക്കുന്നതിനെ 'ബായ' എന്നും വലതുകൈ കൊണ്ട് വായിക്കുന്നതിനെ 'ദായ' എന്നും പറയുന്നു. 'ബായ'യ്ക്ക് 'ഡഗ്ഗാ' എന്നും പേരുണ്ട്. 'ബായ' മണ്ണുകൊണ്ടോ ലോഹം കൊണ്ടോ നിർമ്മിക്കുന്നതാണ്. 'ദായ' മരത്തിൽ കടഞ്ഞെടുത്തിട്ടുള്ളതുമാണ്. രണ്ടിന്റെയും മുകൾഭാഗം തോലുകൊണ്ട് മൂടിയിരിക്കുന്നു. തോൽ ഉറപ്പിച്ചുനിർത്തുന്നതിന് തോൽവാറുകൾ ഉപയോഗിക്കുന്നു. 'ദായ'യുടെ തോൽവാറുകൾക്കിടയിൽ

തബല

ചെറിയ മരക്കഷണങ്ങൾ വെക്കാറുണ്ട്. ഇത് മുകളിലേക്കും താഴേക്കും സൗകര്യം പോലെ നീക്കി ശ്രുതിക്ക് വ്യത്യാസം വരുത്താം. രണ്ടിലും തുകലിന്റെ മദ്ധ്യഭാഗത്ത് കറുത്ത ചോറ് (പശ) പിടിപ്പിക്കുന്നു.

ദായ വായിക്കുന്നത് വലതുകൈവിരലുകൾകൊണ്ടു മാത്രമാണ്. ബായ വായിക്കുന്നത് ഇടതുകൈവിരലുകൾക്കൊപ്പം ഉള്ളം കയ്യും മണി

ബന്ധവും ഉപയോഗിക്കുന്നു.

കേരളത്തിൽ വാദ്യമേളയ്ക്ക് തബല വായിക്കാറുണ്ട്. തെക്കൻ കേരളത്തിൽ പ്രചാരത്തിലുള്ള 'തെയ്യന്നം' എന്ന നാടൻ കലാരൂപത്തിൽ പാട്ടിനകമ്പടിയായിട്ടുള്ള വാദ്യം തബലയാണ്. കേരളത്തിലാകെ പ്രചരിച്ചുപോരുന്ന ജനകീയ കലാരൂപമായ കഥാപ്രസംഗത്തിനും ഈ വാദ്യം ഉപയോഗിച്ചുവരുന്നു.

അറബന

കേരളത്തിലെ മാപ്പിള (മുസ്ലീം) ജനങ്ങൾക്കിടയിൽ ഏറെ പ്രചാരത്തിലുള്ള വാദ്യങ്ങളിലൊന്നാണ് 'അറബന.' അറബ് രാജ്യങ്ങളിൽ നിന്നും ഇവിടെ എത്തിയ വാദ്യവിശേഷമാണിത്. ഇതിന് 'അറവന', 'റബ്ബാന' എന്നീ പേരുകളും കാണുന്നു. ഒരു മുഖം മാത്രം തോൽപൊതിഞ്ഞ വാദ്യമാണ്.

മലബാറിലെ മുസ്ലീം ജനതയെ പൊതുവേ മാപ്പിളമാർ എന്നുവിളിക്കുന്നു. അറബിനാടുകളിൽനിന്നും വന്ന് ഇവിടുത്തെ സ്ത്രീകൾക്ക് ഭർത്താവായവർ എന്ന അർത്ഥം മാപ്പിള ശബ്ദത്തിനുവന്നു ചേരുന്നു. ഒടുവിലത്തെ ചേരചക്രവർത്തിയായിരുന്ന ചേരമാൻ പെരുമാൾ രാജ്യം വെടിഞ്ഞ് മക്കത്തുപോയി ഇസ്ലാംമതം സ്വീകരിച്ചുവെന്നും മദീനാരാജകുടുംബത്തിലെ 'റജിയത്ത്' എന്ന യുവതിയെ കല്യാണം കഴിച്ചെന്നും കുറേനാൾ അവിടെ തങ്ങി അവരോടൊപ്പം ജീവിച്ചെന്നും ഒരൈതിഹ്യം

അറബന മുട്ട്

നിലനില്ക്കുന്നുണ്ട്. അദ്ദേഹം, കേരളത്തിലേക്കു തിരിച്ചു പോന്നു. വഴിക്കുവെച്ച് മരണപ്പെടുകയാണുണ്ടായത്. തുടർന്ന് പെരുമാളിന്റെ ഭാര്യാസഹോദരൻ മാലിക് ദിനാറും സംഘവും കൊടുങ്ങല്ലൂരിലെത്തുകയും

രാജാവിന്റെ അനുമതിയോടെ അവിടെ താമസിക്കുകയും ചെയ്തു. ഈ വിധത്തിൽ എത്തിയ അറബ് ജനതയുടെ സംസ്കാരം കേരളത്തിൽ വിശേഷിച്ച് മലബാറിൽ വ്യാപിക്കുകയുണ്ടായി. അതിന്റെ ഭാഗമായി ഇവിടെ പ്രചരിച്ചിട്ടുള്ള വാദ്യമാണ് അറബന.

ഒന്നരച്ചാൺ വാവട്ടവും അഞ്ചംഗുലം വീതിയുമുള്ള, വൃത്താകൃതിയിൽ മുറിച്ചെടുക്കുന്ന മരച്ചട്ടമാണ് അറബനയുടെ കുറ്റി. അയിനി, പ്ലാവ്, ഈഴച്ചെമ്പകം, എന്നിവയുടെ കനം കൂടിയ വേരു തടിയിൽ നിന്നാണ് ഇതുണ്ടാക്കുന്നത്. മുളങ്കിഴങ്ങും ഇതിനുപയോഗിക്കാറുണ്ട്. ഇതിനെ പിത്തള വാറുകൊണ്ടു ചുറ്റിക്കെട്ടി ബലപ്പെടുത്തി ഒരുവശത്തു മാത്രം തോലുകൊണ്ട് പൊതിയും. ആട്ടിൻതോലോ കാളക്കിടാവിന്റെ തോലോ ഇതിന്നായി ഉപയോഗിക്കുന്നു. തോൽ നന്നായി ഉണങ്ങിയശേഷം വെള്ളത്തിലിട്ട് കുതിർത്ത് വട്ടത്തിൽ മുറിച്ചെടുക്കുന്നു. കുറ്റിയിൽ തോലൊട്ടിക്കുന്നത് പനച്ചിക്കായുടെ പശകൊണ്ടാണ്. പനച്ചിക്കായുടെ പശ തേച്ച് ഒട്ടിച്ച സ്ഥലം മൂന്നു നാലു ദിവസം വരെ കയർകൊണ്ട് വരിഞ്ഞിടണം. പൂർണ്ണമായും ഉണങ്ങിക്കഴിഞ്ഞശേഷം, കയർ അഴിക്കുന്നു. ഇടതുകൈയിൽ പിടിച്ച് വലതു കൈവിരൽകൊണ്ട് അടിച്ചാണ് ശബ്ദമുണ്ടാക്കുന്നത്. ഇതിനെ 'മുട്ടുക' എന്നു പറയുന്നു.

മലബാറിലെ മാപ്പിളമാർക്കിടയിൽ പ്രചരിച്ചിട്ടുള്ള അനുഷ്ഠാനകലയായ 'അറബനമുട്ടി'ന് അറബനയാണ് വാദ്യം. അറബനമുട്ടിന്റെ ശൈലീഭേദങ്ങളായ 'റാത്തീബ് മുട്ട്', 'കളിമുട്ട്' എന്നിവക്കും ഇത് അകമ്പടിയായി ഉപയോഗിക്കുന്നു. മുസ്ലീങ്ങളുടെ മറ്റൊരനുഷ്ഠാനമായ കൂത്തുറാത്തീബിനും ചിലേടങ്ങളിൽ അറബന ഒരു വാദ്യമായി ഉപയോഗിച്ചുവരുന്നു.

തപ്പ്

തെക്കൻ കേരളത്തിൽ, വിശിഷ്യ പഴയ മദ്ധ്യതിരുവിതാംകൂറിൽ ഏറെ പ്രചാരത്തിലുള്ളൊരു നാടൻചർമ്മവാദ്യമാണ് 'തപ്പ്'. ഒരു ഭാഗം മാത്രം തോൽകൊണ്ടു പൊതിഞ്ഞവാദ്യമാണിത്. മലബാറിലെ 'ദപ്പ്' (ദഫ്), തമിഴ്നാട്ടിലെ തപ്പ് എന്നിവയോട് കാര്യമായ സാദൃശ്യം കാണുന്നില്ല. ഇതൊരു താളവാദ്യമാണ്. 'തപ്പ്' ക്ഷേത്രത്തിനകത്ത് ഉപയോഗിക്കാറില്ല. അതിനാൽ ഇത് അസുരവാദ്യം എന്ന വിഭാഗത്തിൽപ്പെടുന്നു. തപ്പ്, പ്രധാനമായും പടേനിയിലെ തുള്ളലിനും പാട്ടിനും അകമ്പടിവാദ്യമായതിനാൽ ഇതൊരു 'ഉഭയാനുഗ' വാദ്യമാണെന്നു പറയാം.

തപ്പിന്റെ ഉല്പത്തി, പരമശിവനിൽ നിന്നാണെന്നൊരു പുരാണം, പറഞ്ഞുകേൾക്കുന്നുണ്ട്. ശിവമൗലിയിൽ പ്രശോഭിക്കുന്ന 'ചന്ദ്രക്കല'യാണ് തപ്പുവാദ്യത്തിന്റെ ഉറവിടമെന്ന് പടേനി ആശാന്മാർ പറയുന്നു.

പ്രാചീന തമിഴ് കൃതികളിലൊന്നും തന്നെ തപ്പിനെ പരാമർശിക്കുന്നില്ല. സംഘകാലകൃതിയായ ചിലപ്പതികാരത്തിൽ 31 ചർമ്മവാദ്യങ്ങളെ സൂചിപ്പിക്കുന്നുണ്ടെങ്കിലും അതിലും 'തപ്പ്' ഉൾപ്പെടുന്നില്ല. പ്രാചീന

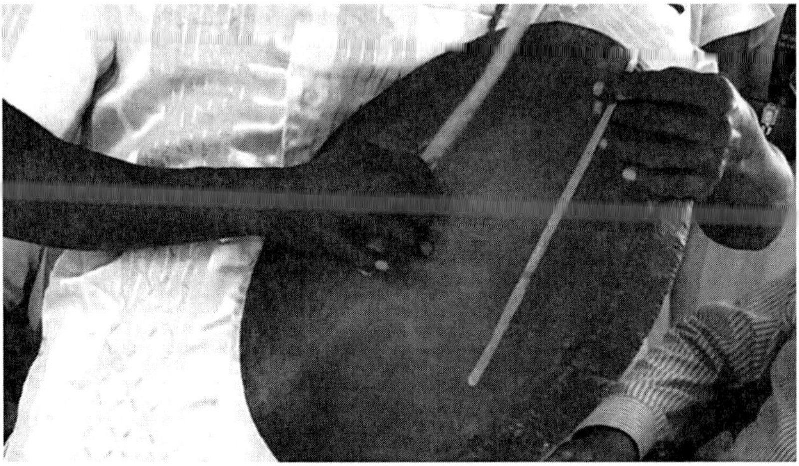

തപ്പ്

സംഗീതശാസ്ത്ര ഗ്രന്ഥങ്ങളിലും തപ്പിന്റെ സാന്നിദ്ധ്യം കാണുന്നില്ല. പ്രാചീന മണിപ്രവാള കൃതിയായ ഉണ്ണുനീലി സന്ദേശത്തിൽ പറയുന്ന വാദ്യങ്ങളുടെ കൂട്ടത്തിലും ഈ വാദ്യമില്ല. എന്നാൽ മഹാകവി കുഞ്ചൻ നമ്പ്യാരുടെ കൃതികളിൽ കാണുന്ന വാദ്യസമുച്ചയത്തിൽ തപ്പിനെ സൂചിപ്പിക്കുന്നുണ്ട്. 'തപ്പിനു വിരുതുള്ളോരുധരണീശൻ (രുഗ്മിണി സ്വയംവരം തുള്ളൽ) എന്നും 'തപ്പും വേണമതെട്ടോ പത്തോ' (നളചരിതം തുള്ളൽ) എന്നും അദ്ദേഹം എഴുതിയിട്ടുണ്ട്. കുട്ടനാട്ടിന്റെ അനുഷ്ഠാനമായ പടേനിയുടെ പാട്ടുകളിൽ 'തപ്പ്' എന്ന വാദ്യത്തിന്റെ സാന്നിദ്ധ്യം കാണാം.

'തപ്പുകൾ മുറുക്കി മുഹു-
രൊപ്പമായി മുഴക്കി ധിമി..."
എന്നീ വരികൾ ഉദാഹരണം.

ഒരു ഭാഗം തോലുകൊണ്ടു പൊതിഞ്ഞതും ഒരു ഭാഗം തുറന്നിരിക്കുന്നതുമായ തപ്പിന്റെ ആകൃതി വൃത്തമാണ്.

ഏകദേശം 6–7 ഇഞ്ച് വ്യാസവും 3– 3 $^1/2$ ഇഞ്ച് കനവും ഉള്ള പുറം ചെത്തി ഉരുട്ടിയ മരവളയത്തിൽ പാറപ്പൊടിയും പനച്ചിക്കാനീരും ചേർത്ത് ചാലിച്ചെടുത്ത പശ ഉപയോഗിച്ച് കന്നിൻതോൽ (പോത്ത്, എരുമ എന്നിവയുടെ തോൽ) ഒട്ടിച്ച്, മുഖവശം പൊതിയുന്നു. ഈ രൂപത്തിൽ ഇതിനെ 'പച്ചത്തപ്പ്' എന്നാണ് പറയുന്നത്. ഈ തപ്പ് 'കാച്ചി'യെടുത്താണ് കൊട്ടുന്നത് (കാച്ചിക്കൊട്ടുക). ഇരുന്നും നിന്നും നടന്നും 'തപ്പു' കൊട്ടുന്നു. ഇടതുകൈയിൽ പിടിച്ച് വലതു കൈ വിരലുകൾകൊണ്ട് തോൽഭാഗത്ത് കൊട്ടുന്നു. ഒരല്പം കനം കൂടിയ കമ്പുകൾ കൊണ്ടും കൊട്ടാറുണ്ട്.

കുട്ടനാട്ടിലെ 'പടേനി' എന്ന അനുഷ്ഠാനകലയുടെ മുഖ്യവാദ്യം തപ്പാണ്. വിവിധ ഘട്ടങ്ങളിൽ തപ്പുമേളം പതിവുണ്ട്. കൂടാതെ തെക്കൻ

ജില്ലകളിലെ ഭദ്രകാളി ക്ഷേത്രങ്ങളിൽ തപ്പുകൊട്ടി ചാടിക്കളിക്കുന്ന രീതി കാണുന്നു. ഇതിനെ 'തപ്പുമേളക്കളി' എന്നാണ് പറയുന്നത്. ചേർത്തല പോലെയുള്ള ചില ക്ഷേത്രങ്ങളിലെ ഉത്സവങ്ങളിലും തപ്പു മേളം കാണാം. ഐവർകളിക്ക് ഉപയോഗിക്കുന്ന 'മകുടം' തപ്പിനോട് സാദൃശ്യമുള്ള വാദ്യമാണ്.

ദഫ്

കേരളത്തിലെ മുസ്ലീങ്ങൾക്കിടയിൽ പ്രചാരത്തിലുള്ള ഒരു ചർമ്മ വാദ്യമാണ് ദഫ്. അറേബ്യൻ നാടുകളുമായി കേരളത്തിലുണ്ടായിരുന്ന സാംസ്കാരിക ബന്ധത്തിൽ നിന്നും ലഭിച്ചിട്ടുള്ള ഏകമുഖവാദ്യമാണിത്. ലക്ഷദ്വീപുവഴിയാണ ഇത് കേരളത്തിലെത്തിയത് എന്നൊരു നിരീക്ഷണവും കാണുന്നു. ദഫിന്, ഉദുഫ്, തുഫ് എന്നീ പേരുകളുമുണ്ട്.

പ്രാചീനകാലം മുതൽ ക്കുതന്നെ ദഫ് യൂറോപ്പിലും ഇസ്രായേലിലും പ്രചാരത്തിലുണ്ടായിരുന്നു. ഇസ്ലാംമതത്തിന്റെ ആവിർഭാവത്തിനു മുമ്പേ തന്നെ, ക്രൈസ്തവർ ഈ വാദ്യം ഉപയോഗിച്ചിരുന്നതായി കരുതുന്നു. അവരുടെ പെരുനാൾ, മാമോദിസ, പുരോഹിതസ്ഥാനാരോഹണം തുടങ്ങിയ ചടങ്ങുകൾക്ക് ദഫ് ഉപയോഗിച്ചിരുന്നു. എന്നാൽ ഇസ്ലാംമതത്തിന്റെ പ്രചാരത്തോടുകൂടി, ഈ വാദ്യം മുസ്ലീം ജനതയും ഉപയോഗിച്ചുതുടങ്ങി.

ദഫ്

പഴയകാലത്ത് ദഫിന്റെ ആകൃതി ചതുരമായിരുന്നു എന്നു പറയപ്പെടുന്നു. എന്നാൽ ഇപ്പോൾ വൃത്താകൃതിയാണ് ഇതിനുള്ളത്. പ്ലാവ്, അയിനി തുടങ്ങിയ മരത്തടിയിൽ വട്ടത്തിൽ കുഴിച്ചെടുക്കുകയോ കനം കുറച്ച് ഉരുട്ടിയെടുത്തു വളയങ്ങളാക്കുകയോ ചെയ്താണ് ദഫിന്റെ മരച്ചട്ടം ഉണ്ടാക്കുന്നത്. ഇതിന് ഒരു ചാൺ (12–15 സെ മീ) വ്യാസവും 4–5 അംഗുലം വീതിയും ഉണ്ടായിരിക്കും. അതിന്റെ ഒരു വശം കാളയുടെ തോലുകൊണ്ട് മൂടുന്നു. മരച്ചട്ടത്തിൽ ചെറിയ ചിലങ്ക (മണി) കെട്ടുന്ന രീതിയുമുണ്ട്. ഇത് ഒരു കൈകൊണ്ട് പിടിച്ച്, മറ്റേക്കൈകൊണ്ട് മുട്ടുന്നു.

മലബാറിലെ മാപ്പിളമാർക്കിടയിൽ കൂടുതലായും പ്രചരിച്ചിട്ടുള്ള ദഫ് മുട്ട് എന്ന കലാരൂപത്തിൽ പ്രധാനവാദ്യം 'ദഫ്' ആണ്. പള്ളിമുറ്റത്തും

വീട്ടുമുറ്റത്തും ദഫ് ഉപയോഗിക്കുന്നു. പള്ളികളിലെ ഭക്തി നിർഭരമായ അനുഷ്ഠാനങ്ങൾക്കും ദഫ് മുട്ട് പതിവുണ്ട്.

ഗഞ്ചിറ

ഒരു മുഖം മാത്രം തോലുകൊണ്ടു പൊതിഞ്ഞ ഒരു ചർമ്മവാദ്യം. 'ഗഞ്ചിറ' എന്നും കാണുന്നു. [illegible] ന്ത്യയിൽ പ്രചരിച്ചിട്ടുള്ളതാണിത്. ആ നിലയ്ക്ക് കേരളത്തിലും ഈ വാദ്യം ഉപയോഗിച്ചുവരുന്നു. ഏറെ പ്രചാരത്തിലില്ല. ഇതൊരു താളവാദ്യമാണ്.

സംഗീതക്കച്ചേരിയുടെ ഭാഗമായി തമിഴ് സംസ്കാരമേഖലയിലൂടെയാണ് ഗഞ്ചിറ കേരളത്തിലെത്തിയത്. പ്രാചീന തമിഴ് ക്ഷേത്രങ്ങളിൽ ഭജന പാടുമ്പോൾ ഇത് അകമ്പടിയായി ഉപയോഗിച്ചിരുന്നു. ഷഡ്കാല ഗോവിന്ദമാരാരുടെ കാലത്ത് സംഗീതക്കച്ചേരിയിൽ ഗഞ്ചിറ വായിച്ചിരുന്നതായി കരുതുന്നു. അദ്ദേഹത്തിന്റെ തംബുരുവും 'താള'വും പിടിച്ചിട്ടുള്ള രൂപത്തെ 'ഏകല്ലൻ' എന്നാണ് പറയുന്നത് (ഹരിഗോവിന്ദൻ. 2005). ഇവിടെ താളം എന്നതുകൊണ്ടുദ്ദേശിച്ചിരിക്കുന്നത് ഗഞ്ചിറയെയാണ്. സംഗീതത്തിന്റെ സുവർണ്ണകാലം എന്നറിയപ്പെടുന്ന സ്വാതിതിരുനാളിന്റെ കാലഘട്ടത്തോടുകൂടിയായിരിക്കണം ഇത് ഇവിടെ കൂടുതലായും പ്രചരിച്ചത്.

വൃത്താകൃതിയിലുള്ള ഒരു വാദ്യമാണ് ഗഞ്ചിറ. ഇതിന് പ്രധാനം വൃത്താകൃതിയിലുള്ള മരവളയമാണ്. ഇതുണ്ടാക്കുന്നതിന് 'പ്ലാവ്' ആണ് ഉപയോഗിക്കുന്നത്. നല്ലവണ്ണം കടഞ്ഞെടുത്ത ഈ ഗഞ്ചിറ വളയത്തിന്റെ വ്യാസം 8 ഇഞ്ചും വീതി 4 ഇഞ്ചും ആണ്. ഇതിന്റെ ഒരു മുഖം മാത്രം ആടിന്റെയോ ഉടുമ്പിന്റെയോ തോലുകൊണ്ട് മൂടിക്കെട്ടുന്നു. വൃത്തവളയത്തിൽ രണ്ടോ മൂന്നോയിടത്തു നിന്നും ലോഹമണികളോ തകിടുകളോ തൂക്കിയിടുന്നു. നിലത്തിരുന്ന് ഇടത്തെ കൈയിൽ പിടിച്ച് വലതുകൈവിരലുകൾ കൊണ്ട് അടിച്ചാണ് കൊട്ടുന്നത്.

കർണ്ണാടക സംഗീതകച്ചേരിയിൽ ഉപതാളവാദ്യങ്ങളുടെ കൂട്ടത്തിലാണ് ഗഞ്ചിറയുടെ സ്ഥാനം. മിക്കവാറും മൃദംഗം, ഘടം എന്നിവ കഴിഞ്ഞ്, മൂന്നാം ഉപവാദ്യമായിട്ടേ ഇതിനെ പരിഗണിക്കാറുള്ളൂ. ക്ഷേത്രങ്ങളിൽ ഭജന പാടുമ്പോഴാണ് കൂടുതലായും ഉപയോഗിക്കുന്നത്. തെക്കൻ കേരളത്തിൽ പ്രചരിച്ചുപോരുന്ന 'കാക്കാരിശ്ശിനാടക'ത്തിൽ പിന്നണിപ്പാട്ടിനൊപ്പം അപൂർവ്വമായി ഗഞ്ചിറയും ഉപയോഗിച്ചുവരുന്നു (ശശിധരൻ 2012).

തപ്പിട്ട

വളരെ അപൂർവ്വമായൊരു ചർമ്മവാദ്യമാണ് തപ്പിട്ട (തപ്പട്ട). തപ്പിന്റെ ആകൃതിയിൽ ഒരു ഭാഗം മാത്രം തോലുകൊണ്ടു മൂടിയിട്ടുള്ള വാദ്യമാണത്. ഇതിന് 'തപ്പട്ട' എന്നും പറയും. പാലക്കാട് ജില്ലയിലാണ് ഈ വാദ്യം കാണപ്പെടുന്നത്. തമിഴ് സംസ്കാരത്തിന്റെ ഭാഗമായിട്ടാണ് ഇത് പ്രചരിച്ചിട്ടുള്ളത്. ചെട്ടിയാർ സമുദായക്കാരാണ് ഈ വാദ്യം ഉപയോഗിക്കുന്നത് (രവിവർമ്മ 2010:35).

വൃത്താകൃതിയിലുള്ള മരവളയമാണ് ഇതിന്റെ കുറ്റി എന്നു പറയാം. പ്ലാവ്, കൊന്ന തുടങ്ങിയ മരങ്ങളുടെ കടഞ്ഞെടുത്തതും കനം കുറഞ്ഞതുമായ തടി വളച്ചാണ് വളയം ഉണ്ടാക്കുന്നത്. ഈ വളയത്തിൽ ഒരു ഭാഗം കന്നിൻ തോലുകൊണ്ട് പൊതിയുന്നു. ഇടതുകൈകൊണ്ടുപിടിച്ച് വലതു കൈവിരലുകളെ കൊണ്ടാണ് കൊട്ടുന്നത്. എന്നാൽ കോലുകൊണ്ടും കൊട്ടാറുണ്ട്. ചില സന്ദർഭങ്ങളിൽ കഴുത്തിൽ തൂക്കിയിട്ടുകൊട്ടുന്ന രീതിയും കാണുന്നു. തപ്പട്ട ചൂടാക്കി തണുപ്പിച്ച് വീണ്ടും ചൂടാക്കി കാച്ചിയെടുത്താണ് കൊട്ടുന്നത് (ജനാർദ്ദനൻ 2008).

ചെട്ടിയാർ സമുദായക്കാർ, മൃതശരീരം സംസ്കരിക്കുന്നതിന്നായി കാളവണ്ടിയിൽ അലങ്കരിച്ചുകൊണ്ടു പോകുന്ന പതിവുണ്ട്. ഇതും തമിഴ് സംസ്കാരത്തിന്റെ ഭാഗമാണ്. ഈ സന്ദർഭത്തിലാണ് 'തപ്പിട്ട' കൊട്ടുന്നത്. മാരിയമ്മൻ പൂജകൾക്കും കതിരുവേലകൾക്കും ഈ വാദ്യം ഉപയോഗിക്കുന്നു.

കടുപിടി

അപൂർവ്വമായൊരു ചർമ്മവാദ്യമാണ് കടുപിടി. തബലയെപ്പോലെ രണ്ടു ചെറിയ വാദ്യഭാഗങ്ങൾ ഒന്നിച്ചുചേർത്തുവെച്ചിട്ടുള്ള രീതിയിലാണ് ഇതിന്റെ ആകൃതി. ഇതിന് തമിഴ് സംസ്കാരത്തോടാണ് കൂടുതൽ അടുപ്പം. 'കടുപിടി' എന്ന വാദ്യം 'ഇടുപിടി' 'ഇടുതടി' എന്നീ പേരുകളിലും അറിയപ്പെടുന്നു (രാമവർമ്മ. 2010:42). 'കിടുപിടി' എന്ന പ്രയോഗവും കാണുന്നു.

കടുപിടി ഒരു പ്രാചീന വാദ്യമാണെങ്കിലും ചിലപ്പതികാരത്തിൽ ഇതിനെക്കുറിച്ചുള്ള പരാമർശം കാണുന്നില്ല. എന്നാൽ കുഞ്ചൻ നമ്പ്യാരുടെ തുള്ളൽ കൃതികളിൽ ഈവാദ്യത്തെക്കുറിച്ച് സൂചിപ്പിക്കുന്നുണ്ട്.

"തുടിപടഹമിടിച്ചു തുടങ്ങി
കിടുപിടികൾ തകർത്തുതുടങ്ങി.

(സത്യാസ്വയംവരം തുള്ളൽ)

"പെരിയൊരു വിരുതുകളറിയിച്ചെങ്ങും
തുടി പറ കിടുപിടി പടഹങ്ങളും. "

(ഘോഷയാത്ര തുള്ളൽ)

എന്നിവ ദൃഷ്ടാന്തങ്ങളാണ്.

മരം കൊണ്ടുണ്ടാക്കിയ രണ്ടു ചെറിയ കുറ്റികളാണ് ഇതിന്റെ മരഭാഗം. ഇതിന് പ്ലാവ്, കണിക്കൊന്ന, കുമിഴ് എന്നിവയാണ് ഉപയോഗിക്കുന്നത്. രണ്ടു കുറ്റികളും ഒരുമിച്ച് ചെറിയൊരു മരപ്പലകയിൽ ഒട്ടിച്ചു വെക്കുന്നു. രണ്ടിനും ഒരഗ്രമുഖം മാത്രമേയുള്ളൂ. ഈ അഗ്രമുഖങ്ങളിൽ പ്രായമാകാത്ത കന്നിന്റെയോ മറ്റോ തോലുകൾ കൊണ്ട് മൂടുന്നു. കഴുത്തിൽ തൂക്കിയിട്ട് രണ്ടുകൈകളിലും കോലുകൾ ഉപയോഗിച്ച് കൊട്ടുന്നു.

ക്ഷേത്രങ്ങളിലെ അനുഷ്ഠാനസാഹചര്യങ്ങളിൽ 'കിടുപിടി' എന്ന വാദ്യം ഉപയോഗിക്കാറുണ്ട്. തൃശൂർ ജില്ലയിൽപ്പെട്ട തിരുവില്വാമല, ഊരകം എന്നീ ക്ഷേത്രങ്ങളിൽ ശീവേലിക്ക് ഇതുപയോഗിക്കുന്നു. ഗുരുവായൂർ ക്ഷേത്രത്തിൽ അപൂർവ്വമായി മാത്രം നാഗസ്വരത്തിന് താളം പിടിക്കാൻ

ഈ വാദ്യം ഉപയോഗിക്കാറുണ്ട്. ക്ഷേത്രങ്ങളിൽ ഉപയോഗിച്ചുവരുന്ന അഞ്ചു പാണ്ടിവാദ്യങ്ങളുടെ കൂട്ടത്തിൽ കിടുപിടിയുമുണ്ട്. തകിൽ, നാഗസ്വരം, ഒത്തു (കുഴൽ), കൈമണി എന്നിവയാണ് മറ്റുവാദ്യങ്ങൾ. കൊല്ലൂർ മൂകാംബിക ക്ഷേത്രത്തിൽ പൂജാവേളയിലും മറ്റും 'കിടുപിടി' കൊട്ടുന്ന രീതിയും കാണുന്നു (രാമവർമ്മ 2010).

മുരശ്

പ്രാചീനമായ ചർമ്മവാദ്യങ്ങളിലൊന്നാണ് 'മുരശ്' (മുരശു). ഇതിന് 'ഭേരി' എന്ന പേരും കാണുന്നു (പ്രകാശൻ 2005:1). പതിനെട്ടു ചർമ്മവാദ്യങ്ങളിൽ പെടുന്ന, വാദ്യമല്ല മുരശ്. ഇന്ന് പ്രചാരത്തിലില്ലാത്ത ഈ വാദ്യവും താളവാദ്യമെന്ന നിലയ്ക്കായിരിക്കണം ഉപയോഗിച്ചിരുന്നത്.

പ്രാചീന തമിഴ് കൃതികളിൽ മുരശിനെപ്പറ്റി സൂചിപ്പിക്കുന്നുണ്ട്. *ചിലപ്പതികാര*ത്തിൽ പറയുന്ന വാദ്യസമുച്ചയത്തിൽ മുരശും കാണുന്നു. തിരുവിതാംകൂറിൽ പ്രചരിച്ചിരുന്ന 15 വാദ്യങ്ങളുടെ കൂട്ടത്തിൽ 'മുരശു' എന്ന വാദ്യവും ഉൾപ്പെടുന്നതായി. 'Music in Tranvancore' (ആർ വി പൊതുവാൾ) എന്ന കൃതി വെളിപ്പെടുത്തുന്നുണ്ട് (ഹരിഗോവിന്ദൻ. 2005.82) കുഞ്ചൻ നമ്പ്യാർക്കും 'മുരശ്' സുപരിചിതമായൊരു വാദ്യമായിരുന്നെന്ന് 'തിത്തി വീണ മുഖ വീണ, മുരശും' (തുള്ളൽ: സ്യമന്തകം) എന്നീ വരിയിൽ നിന്നും മനസ്സിലാക്കാം.

രണ്ടഗ്രമുഖവും തുകൽ മൂടിക്കെട്ടിയ ചർമ്മ വാദ്യമാണ് 'മുരശ്'. ചെണ്ടയേക്കാൾ നീളവും വ്യാസവും കുറഞ്ഞ വാദ്യമാണിത്. കന്നുകാലികളുടെ തോലുകൊണ്ടാണ് അഗ്രമുഖങ്ങൾ മുടിയിരുന്നത്. മുറുക്കിക്കെട്ടുന്നതിന് തോൾവാറുകൾ ഉപയോഗിക്കുന്നു. അരയിലിട്ട് കോലുകൾകൊണ്ട് കൊട്ടുന്ന രീതിയായിരിക്കണം ഉണ്ടായിരുന്നത്.

ഇന്ന് തീരെ പ്രചാരത്തിലില്ലാത്ത വാദ്യമാണിത്. അതിനാൽ തന്നെ ക്ഷേത്രവാദ്യമായോ കലാവാദ്യമായോ ഉപയോഗിക്കുന്നില്ല.

പമ്പൈ

വളരെ ലുപ്ത പ്രചാരത്തിലുള്ള ഒരു തുകൽ വാദ്യമാണ് 'പമ്പൈ'. കാസർകോട് ജില്ലയിലെ ചില പ്രദേശങ്ങളിൽ ഈ വാദ്യം നിലനിന്നുപോരുന്നു. രണ്ടറ്റവും തോൽമൂടിയിട്ടുള്ള വാദ്യമാണിത്. പതിനെട്ടു ചർമ്മവാദ്യങ്ങളിൽ ഇതു പെടില്ല. ഇതിന് 'ഉറുമി' എന്ന പേരും കാണുന്നു (വിഷ്ണുനമ്പൂതിരി. 2000).

തികച്ചും നാടൻ വാദ്യമായ പമ്പൈ, രണ്ടറ്റത്തും തോൽമൂടിയ ഉപകരണമാണ്. മദ്ധ്യഭാഗം കനം കുറഞ്ഞും രണ്ടറ്റത്തും കനം കൂടിയും ഉള്ളതാണ് ഇതിന്റെ മരക്കുറ്റി. പ്ലാവ്, കൊന്ന തുടങ്ങിയ മരങ്ങൾ കൊണ്ടാണ് മരക്കുറ്റി നിർമ്മിക്കുന്നത്. നേർത്ത പശുവിൻ തോലോ കാളക്കിടാവിന്റെ തോലോ ഇതിനുപയോഗിക്കുന്നു.

ഈഴാറ

മദ്ധ്യകേരളത്തിൽ പ്രചാരത്തിലുള്ള ഒരു നാടൻ ചർമ്മവാദ്യമാണ് ഈഴാറ. ചെണ്ടവർഗ്ഗത്തിൽ ഉൾപ്പെടുത്തി പറയാവുന്ന ഒരു വാദ്യം തന്നെ യാണിതും. രണ്ടറ്റത്തും തോലുകൊണ്ടും പൊതിഞ്ഞിട്ടുണ്ട്.

തൃശൂർ, പാലക്കാട്, എന്നീ ജില്ലകളിലെ മണ്ണാൻ (വണ്ണാൻ) സമുദായക്കാരുടെ മുഖവാദ്യമാണ് ഈഴാറ. ഈ നിലയ്ക്ക് ഇതൊരു വംശീയ വാദ്യമാണ്. അനുഷ്ഠാനസാഹചര്യങ്ങളിലാണ് പ്രധാനമായും ഇതുപയോഗിക്കുന്നത്.

ഉൾഭാഗം പൊള്ളയായ ഈ വാദ്യത്തിന്റെ മരഭാഗം പ്ലാവ്, കൊന്ന, അനിനി തുടങ്ങിയ മരങ്ങൾ കൊണ്ടാണ് നിർമ്മിക്കുന്നത്. ഇതിന്റെ ഉയരവും വ്യാസവും ഏകദേശം തുല്യമാണ് 24–25 സെ മീ. രണ്ടഗ്രങ്ങളും പൊതിയുന്നത് കാളത്തോലു കൊണ്ടാണ്. തോൽവാറുകൾ ഉപയോഗിച്ച് രണ്ടഗ്രങ്ങളെയും ബന്ധിപ്പിക്കുകയും വരിഞ്ഞുകെട്ടുകയും ചെയ്യുന്നു. കോലുകൾ ഉപയോഗിച്ച് അടിച്ചാണ് കൊട്ടുന്നത്. ചെണ്ടയോട് ആകൃതിയിൽ സാമ്യം ഉണ്ടെങ്കിലും ശബ്ദത്തിൽ വ്യത്യാസം പ്രകടമാണ്. മണ്ണാന്മാർ അവരുടെ ആവശ്യത്തിനുവേണ്ടി സ്വയം നിർമ്മിക്കുന്നതാണീ വാദ്യം.

മണ്ണാന്മാരുടെ ഭഗവതിക്കളംപാട്ടിനും മുണ്ട്യൻ പാട്ടിനും അകമ്പടിയായിട്ടുള്ള വാദ്യമാണ് ഈഴാറ.

ചന്ദ്രവളയം

ഇന്ന് ഉപയോഗത്തിലില്ലാത്ത ചർമ്മവാദ്യമാണ് 'ചന്ദ്രവളയം.' ഇതിന് 'അമ്പിളി വളയം' എന്ന പേരും കാണുന്നു. പഴയ തിരുവിതാംകൂറിൽ വിശേഷിച്ച് തിരുവനന്തപുരം കന്യാകുമാരി ജില്ലകളിലാണ് ഈ വാദ്യം ഉപയോഗിച്ചിരുന്നത്. പ്രാചീന തമിഴ് കൃതികളിൽ ചന്ദ്രവളയത്തെക്കുറിച്ച് സൂചിപ്പിക്കുന്നുണ്ട്. *ചിലപ്പതികാര*ത്തിൽ പറയുന്ന വാദ്യങ്ങളുടെ കൂട്ടത്തിൽ ഇതും കാണുന്നു. *Music in Tranvancore* (ആർ വി പൊതുവാൾ) എന്ന ഗ്രന്ഥത്തിൽ പക്ഷേ ചന്ദ്രവളയത്തെപ്പറ്റി പറയുന്നില്ല, എന്നാൽ കാർത്തിക തിരുനാളിന്റെ 'ബാലരാമഭരത'ത്തിൽ 31 ചർമ്മവാദികളെ പരാമർശിക്കുന്ന കൂട്ടത്തിൽ 'ചന്ദ്രവളയ'വും കാണുന്നു. കുഞ്ചൻ നമ്പ്യാർ ബാണയുദ്ധത്തിൽ മേളത്തെക്കുറിച്ച് പ്രസ്താവിക്കുന്നിടത്ത്:

"അമ്പിളി വളയും തമ്പേറെന്നിവ
മേളം കൊണ്ടു ജഗത്തുമുഴക്കി..."

എന്നിങ്ങനെ അമ്പിളി വളയത്തെയും സൂചിപ്പിക്കുന്നു. അതുപോലെ തിരുവനന്തപുരം ശ്രീപത്മനാഭസ്വാമി ക്ഷേത്രത്തിലെ ഉത്സവത്തോടനുബന്ധിച്ച് രാമകഥപ്പാട്ടു പാടിയിരുന്നു. ഇതിന് താളവാദ്യമായി ചന്ദ്രവളയമാണ് ഉപയോഗിച്ചിരുന്നത്.

ചന്ദ്രവളയത്തിന് ലോഹഭാഗം, തോൽഭാഗം എന്നിങ്ങനെ രണ്ടു ഭാഗങ്ങളാണുള്ളത്. ലോഹഭാഗം വൃത്തത്തിലുള്ള വളയമാണ്. ഇത് ഓടു

കൊണ്ടു നിർമ്മിക്കുന്നു. ഇതിന് ഏകദേശം 5 ഇഞ്ച് വ്യാസം ഉണ്ടാകും. ഇതിന്റെ ഒരു ഭാഗം മാത്രം ഉടുമ്പിന്റെ തോലുകൊണ്ട് പൊതിയുന്നു. ഇടത്തെ കയ്യിൽ പിടിച്ച് വലത്തെ കൈവിരലുകൾകൊണ്ട് അടിച്ചാണ് കൊട്ടുന്നത്.

ചന്ദ്രവളയം ഇന്ന് തീരെ പ്രചാരത്തിലില്ലാത്ത വാദ്യമാണ്.

കരടിക

തിരുവനന്തപുരം ജില്ലയിലെ ചില പ്രദേശങ്ങളിൽ മാത്രം പ്രചാരത്തിലുള്ള ഒരു ചർമ്മവാദ്യമാണ് 'കരടിക.' ഇതിനെ 'കരടിവാദ്യം' എന്നും പറയുന്നു. തമിഴിൽ 'കരടിക്കൈ' എന്ന പ്രയോഗം കാണാം. 'കരടിയുടേതുപോലെയുള്ള ശബ്ദം ഉണ്ടാക്കുന്നത്' എന്നാണ് 'കരടിക' എന്ന വാക്കിന്റെയർത്ഥം. ഇതൊരു താളവാദ്യമാണ്.

തമിഴ് സാഹിത്യകാരനായ 'അറിവിനാർ' വാദ്യങ്ങളെക്കുറിച്ച് പറയുന്ന കൂട്ടത്തിൽ, 'കരടിക്കൈ'യും പരാമർശിക്കുന്നുണ്ട് (പ്രകാശൻ 2005). *ചിലപ്പതികാര*ത്തിലെ വാദ്യസമുച്ചയത്തിലും 'കരടിക' കാണുന്നു. 'കരടിഝടിക' എന്നത് *ബാലരാമഭാരത*ത്തിൽ പറയുന്ന മുപ്പതു ചർമ്മ വാദ്യങ്ങളുടെ കൂട്ടത്തിലുള്ളതാണ്. പതിനെട്ടുവാദ്യങ്ങളുടെ കൂട്ടത്തിലും പതിനെട്ടു ചർമ്മവാദ്യങ്ങളുടെ കൂട്ടത്തിലും 'കരടിക' എന്ന വാദ്യം ഉൾപ്പെടുന്നു.

ഏകദേശം 15 ഇഞ്ച് നീളവും 9 ഇഞ്ച് വ്യാസവുമുള്ള പൊള്ളയായ മരഭാഗത്തിന്റെ രണ്ടഗ്രങ്ങളിലും വൃത്തവളയം ചേർത്ത് അതിൽ ആട്ടിൻതോലോ പശുക്കിടാവിന്റെ തോലോ ഒട്ടിച്ചുണ്ടാക്കുന്നതാണ് കരടിക വാദ്യം. വെള്ള കയറോ തോൽവാറുകളോ ഉപയോഗിച്ച് രണ്ടഗ്രങ്ങളെയും വരിഞ്ഞുകെട്ടി ബന്ധിപ്പിക്കുന്നു. കൂടാതെ ഇതിന്റെ നടുഭാഗത്ത്, ആറോ ഏഴോ വരി നൂല് വലിച്ചുകെട്ടിയിരിക്കും. ഒരഗ്രം ഒരല്പം വളഞ്ഞ തോലുകൾ കൊണ്ട് അടിച്ചുകൊട്ടിയാണ് ശബ്ദമുണ്ടാക്കുന്നത്.

തിരുവിതാംകൂറിലെ ചില തെക്കൻ ഗ്രാമങ്ങളിൽ ശിവക്ഷേത്രങ്ങളിലെ പൂജയ്ക്ക് ഇത് കൊട്ടാറുണ്ട്. കൂടാതെ തിരുവനന്തപുരം ജില്ലയിൽ കാണുന്ന അനുഷ്ഠാനമായ കാളിയൂട്ടിന് കരടിക വാദ്യം ഉപയോഗിച്ചുവരുന്നു. ദേവിയുടെ വരപ്രകാരം പാണസമുദായക്കാർ നിർമ്മിച്ചതാണ് ഈ വാദ്യം എന്ന വിശ്വാസം ഉണ്ട്. വെള്ളായണി ദേവീ ക്ഷേത്രത്തിലെ അനുഷ്ഠാനങ്ങൾക്കും എഴുന്നള്ളിപ്പിനും ഇപ്പോഴും ഈ വാദ്യം ഉപയോഗിച്ചുവരുന്നു. കൂടാതെ ദേവീ ക്ഷേത്രങ്ങളിൽ മാത്രം കണ്ടുവരുന്ന പപ്പരുകളി, മാറ്റ് വീശ് എന്നീ നൃത്തരൂപങ്ങൾക്കും അകമ്പടിയായിട്ടുള്ള വാദ്യം കരടിക ആണ്.

തമ്പേറ്

കേരളത്തിൽ പഴയ കാലത്തുണ്ടായിരുന്ന ഒരു ചർമ്മ വാദ്യമാണ് 'തമ്പേറ്'. ചെണ്ടവർഗ്ഗത്തിൽപ്പെട്ടതാണെന്നു വിശ്വസിക്കുന്ന ഈ വാദ്യോപകരണത്തിന് 'പറ'യോടാണു കൂടുതൽ സാമ്യം. മേളങ്ങളിൽ മറ്റു ചർമ്മ വാദ്യങ്ങളുടെ കൂടെ ഉപയോഗിച്ചിരുന്നു. യുദ്ധരംഗത്തെ മേളത്തിന്

തമ്പേറും ഉണ്ടായിരുന്നതായി പറയപ്പെടുന്നു.

പ്രാചീന തമിഴ് കൃതികളിൽ, പക്ഷേ, തമ്പേറിനെക്കുറിച്ച് പരാമർശം കാണുന്നില്ല. ചിലപ്പതികാരവാദ്യ സമുച്ചയത്തിൽ ഇതില്ല. കാർത്തിക തിരുനാൾ ബാലരാമഭരതത്തിൽ മുപ്പതു ചർമ്മവാദ്യങ്ങളെപ്പറ്റി പറയുന്നുണ്ട്. അതിൽ തമ്പേറിനെ ഉൾപ്പെടുത്തിയിട്ടില്ല. കുഞ്ചൻ നമ്പ്യാരുടെ 'ബാണയുദ്ധം' തുള്ളലിൽ.

"അമ്പിളി വളയും തമ്പേറെന്നിവ
മേളം കൊണ്ടു ജഗത്തുമുഴക്കി..."

എന്നിങ്ങനെ തമ്പേറിനെ പരാമർശിക്കുന്നുണ്ട്. പതിനെട്ടു ചർമ്മവാദ്യങ്ങളിൽ തമ്പേറ് ഉൾപ്പെടുമെന്ന് ചില അഭിപ്രായങ്ങൾ കാണാം. പക്ഷേ, ആധികാരികമായി തെളിവുകളില്ല. 'ഫോക്‌ലോർ നിഘണ്ടു'വിലും പതിനെട്ടു ചർമ്മവാദ്യങ്ങളുടെ കൂട്ടത്തിൽ 'തമ്പേറ് കാണുന്നില്ല (വിഷ്ണുനമ്പൂതിരി 2000).

'പറയോടും സാമ്യം' എന്ന വിശേഷണമുള്ളതിനാൽ പൊള്ളയായ മരഭാഗത്തിന്റെ രണ്ടറ്റത്തും തോൽ പിടിപ്പിച്ചിട്ടുള്ളതാണെന്നു വരുന്നു. മരക്കുറ്റിയുടെ ഉയരവും അഗ്രമുഖവ്യാസവും ഒരുപോലെയാണ്. 45-50 സെ മീ കോലുകൾകൊണ്ട് കൊട്ടിയാണ് ശബ്ദമുണ്ടാക്കിയിരുന്നത്. എന്തായാലും ഇന്ന് ഈ വാദ്യം തീരെ പ്രചാരത്തിലില്ല.

വേലത്തകിൽ

കുട്ടനാടൻ പ്രദേശങ്ങളിൽ പ്രചാരത്തിലുള്ള ഒരു ചർമ്മവാദ്യമാണ് വേലത്തകിൽ.' 'വേലക്കളി'ക്കു അകമ്പടിയായ വാദ്യം എന്നതിന്റെ അടിസ്ഥാനത്തിലാണ് ഇതിന് 'വേലത്തകിൽ' എന്ന പേരുണ്ടായത്. രണ്ടറ്റവും തോൽകൊണ്ടു പൊതിഞ്ഞ ചർമ്മവാദ്യമാണിത്.

പ്രാചീന തമിഴ് കൃതികളിലും സംഗീത കൃതികളിലും വേലത്തകിലിനെക്കുറിച്ചുള്ള പരാമർശം കാണുന്നില്ല. അമ്പലപ്പുഴയിലും മറ്റും ജീവിച്ച കുഞ്ചൻ നമ്പ്യാർ പോലും ഇതിനെക്കുറിച്ചു പറയുന്നില്ല. എന്നാൽ പതിനെട്ടു ചർമ്മവാദ്യങ്ങളുടെ കൂട്ടത്തിൽ 'വേലത്തകിലി'നെ ഉൾപ്പെടുത്തി പറഞ്ഞുവരുന്നുണ്ട് (വിഷ്ണുനമ്പൂതിരി 2000).

ഏകദേശം 16 ഇഞ്ച് നീളവും 14 ഇഞ്ച് വ്യാസവുമുള്ള പൊള്ളയായ പ്ലാവിന്റെ മരത്തടികൊണ്ടു നിർമ്മിച്ചിട്ടുള്ളതാണ് വേലത്തകിലിന്റെ കുറ്റി. ഇത് അപൂർവ്വമായി ലോഹംകൊണ്ടും നിർമ്മിക്കാവുന്നതാണ്. രണ്ടറ്റത്തും ചൂരൽ കൊണ്ടുള്ള വളയം പിടിപ്പിച്ചിരിക്കും. ഇതിൽ പശുക്കിടാവിന്റെ തോൽ പാകമാക്കിയെടുത്ത് ഒട്ടിക്കുന്നു. വെള്ളക്കയറുകൊണ്ടോ, തോൽവാറുകൊണ്ടോ വരിഞ്ഞുമുറുക്കികെട്ടി, കോലുകൊണ്ട് കൊട്ടിയാണ് ശബ്ദമുണ്ടാക്കുന്നത്. കൊട്ടുന്നതിന് ഒരുവശം മാത്രമാണുപയോഗിക്കുന്നത്. ഗാംഭീര്യവും പൗരുഷവുമായ ശബ്ദം എന്നാണ് വിശേഷണം.

പഴയ ചെമ്പകശ്ശേരി രാജ്യത്തിന്റെ ഭാഗമായിരുന്ന അമ്പലപ്പുഴയിലും സമീപ പ്രദേശങ്ങളിലും അവതരിപ്പിച്ചുവരുന്ന അനുഷ്ഠാന നൃത്തരൂപ

മായ വേലകളിയുടെ പ്രധാന വാദ്യമാണ് വേലത്തകിൽ. തകിൽ താളം മുറുകുന്നതിനനുസരിച്ചാണ് വേലകളിയുടെ താളമുറകളും.

ദവിൽ

പാലക്കാട് ജില്ലയിലെ അട്ടപ്പാടി മേഖലയിൽ കാണുന്ന ആദിവാസി ചർമ്മവാദ്യമാണ് 'ദവിൽ' 'ഇരുളർ' വിഭാഗക്കാരാണ് ഇതു കൊട്ടുന്നത്. മലയരുടെ കണ്ണേറുപാട്ടിൽ പതിനെട്ടുവാദ്യങ്ങളെക്കുറിച്ച് പരാമർശിക്കുന്നു. അതിൽ 'ദവിൽ' ഉൾപ്പെടുന്നു. "ദവിൽ കൊച്ചരി, കെന്നരി, ശംഖു, മിഴാവൊലി, ചെറുതുടി, ചെറുപോതക, എടയ്ക്ക, ഉടുക്ക്, പടഹം, കാളം, ചെണ്ട, തിമില, ചേർമങ്ങലം, കൊമ്പ് കുഴൽ, വീരക്കുളം എന്നിവയാണ് അതിനു പറയുന്ന വാദ്യങ്ങൾ. ഇവയെല്ലാം ദൈവത്തമാണെന്ന് പാട്ടുകളിൽ പറയുന്നു (ജനാർദ്ദനൻ 2008).

'ദവിൽ' നിർമ്മിക്കുന്നത് 'ധാളിമരം' (ധൂളിമരം) എന്ന പേരിൽ അറിയപ്പെടുന്ന മരം കൊണ്ടാണ്. ഉൾഭാഗം പൊള്ളയായ ഈ മരത്തടിയുടെ രണ്ടഗ്രത്തിലും പശുവിൻ തോലുകൊണ്ട് മൂടി, തോൽവാറുകൾ കൊണ്ട് മുറുക്കിയാണ് ഈ വാദ്യം ഉണ്ടാക്കുന്നത്. കഴുത്തിലിട്ട് രണ്ടു കൈകളെ കൊണ്ടും ഒരു ഭാഗത്തുകൊട്ടി ശബ്ദമുണ്ടാക്കുന്നു.

ഇരുളരുടെ അനുഷ്ഠാനങ്ങൾക്കും നൃത്തങ്ങൾക്കും ദവിൽ ഉപയോഗിക്കുന്നു.

പൊറൈ

പാലക്കാട് ജില്ലയിലെ അട്ടപ്പാടി പ്രദേശങ്ങളിൽ ആദിവാസികൾ ഉപയോഗിച്ചുവരുന്ന ഒരു ചർമ്മവാദ്യമാണ് 'പൊറൈ' (പൊറ). പ്രധാനമായും ഇരുളരാണ് ഈ വാദ്യം ഉപയോഗിക്കുന്നത്. താളവാദ്യം എന്ന നിലയ്ക്കാണ് ഉപയോഗിക്കുന്നതെങ്കിലും അപൂർവ്വമായി വിവരങ്ങൾ കൊട്ടിയറിയിക്കുന്നതിനും ഇതുപയോഗിക്കുന്നു.

ഗോളാകൃതിയിൽ മണ്ണുകൊണ്ടുണ്ടാക്കിയ രൂപത്തിന്റെ രണ്ടഗ്രത്തിലും തുളയിട്ട് അതിൽ പശുവിൻ തോൽ പൊതിഞ്ഞാണ് 'പൊറൈ' ഉണ്ടാക്കുന്നത്. തുളയ്ക്ക് ആറിഞ്ച് വ്യാസം കാണും. രണ്ടഗ്രങ്ങളെയും തോൽ വാറുകൾ കൊണ്ട് വലിച്ചു കെട്ടി ബന്ധിപ്പിക്കുന്നു. കഴുത്തിലിട്ട്, രണ്ടു ഭാഗത്തും രണ്ടും കൈകളെ കൊണ്ടും അടിച്ചാണ് ശബ്ദം ഉണ്ടാക്കുന്നത്. ഇത് ചൂടാക്കിയാണ് കൊട്ടുന്നത്.

ഇരുളരുടെ ജീവിതത്തിന്റെ വിവിധ ഘട്ടങ്ങളിൽ കൂട്ടംകൂടി നൃത്തം വെക്കാറുണ്ട്. ജനനം, മരണം, വിവാഹം, കൃഷിപ്പണി തുടങ്ങിയ സന്ദർഭങ്ങളിലെല്ലാം പാട്ടുപാടി നൃത്തം വെക്കുന്നു. കോവിലിലെ വിശേഷാവസരങ്ങളിലും നൃത്തം പതിവുണ്ട്. 'ഏലേലം കരടി...' ഇരുളരുടെ ഒരു പ്രധാന നൃത്തരൂപമാണ്. ഇതിനെല്ലാം അകമ്പടിയായി 'പൊറൈ' വാദ്യം ഉപയോഗിക്കുന്നു. കൂടാതെ മരണവാർത്ത സമൂഹത്തെ കൊട്ടിയറിയിക്കാനും ഈ വാദ്യം ഉപയോഗിക്കാറുണ്ട്.

ഒറ്റ

കേരളത്തിലെ വിശിഷ്യ മലബാറിലെ മുസ്ലീം ജനങ്ങൾക്കിടയിൽ പ്രചാരത്തിലുള്ള ഒരു ചർമ്മവാദ്യമാണ് 'ഒറ്റ.' ഇതൊരു താളവാദ്യമാണ്.

മരഭാഗം, തോൽഭാഗം എന്നിങ്ങനെ രണ്ടു ഭാഗം ഈ വാദ്യത്തിനുമുണ്ട്. പ്ലാവിന്റെ മരത്തടിയിൽ തുരന്ന്, പൊള്ളയാക്കിയ ശേഷം, രണ്ടഗ്രത്തിലും ആട്ടിൻതോലുപൊതിഞ്ഞാണ് 'ഒറ്റ' നിർമ്മിക്കുന്നത്. മരഭാഗത്തിന് ഏകദേശം 14 ഇഞ്ച് നീളവും 11 ഇഞ്ച് വ്യാസവും ഉണ്ടായിരിക്കും. രണ്ടഗ്രത്തിലും ലോഹവളയങ്ങൾ ഒട്ടിച്ച്, അതിലാണ്, ആട്ടിൻതോലുകൊണ്ട് പൊതിയുന്നത്. അഗ്രങ്ങളെ തോൽവാറുകൊണ്ടോ ചരടുകൾകൊണ്ടോ വലിച്ചു മുറുക്കി ബന്ധിപ്പിക്കുന്നു. ഇടംതലയിൽ രണ്ടു ചെറിയ തോലുകൾ കൂടി അതിന്റെ മദ്ധ്യത്തിലായി ഒട്ടിച്ച്, ഇടതു തോളിൽ കുത്തി, വലതു കയ്യിലെ കോലുകൾ കൊണ്ട് കൊട്ടി ശബ്ദമുണ്ടാക്കുന്നു. കൊന്ന, ചന്ദനം എന്നിവയുടെ കോലുകളാണ് ഉപയോഗിക്കുന്നത്.

മലപ്പുറം ജില്ലയിലെ മാപ്പിളമാർക്കിടയിൽ പ്രചാരത്തിലുള്ള 'ചീനിമുട്ട് (മുട്ടും വിളിയും) എന്ന കലാരൂപത്തിന്റെ അവതരണത്തിൽ 'ചീനി' (ഒരുതരം കുഴൽ)ക്കകമ്പടിയായിട്ടാണ് 'ഒറ്റ' എന്ന വാദ്യം കൊട്ടുന്നത്. പ്രാദേശികോത്സവമായ 'നേർച്ച'യിലാണ് മുട്ടും വിളിയും ഉള്ളത്. മലപ്പുറം നേർച്ച, കൊണ്ടോട്ടി നേർച്ച, പുതിയങ്ങാടി നേർച്ച, പുത്തൻ പള്ളി നേർച്ച എന്നിവയിൽ ഉള്ള 'പെട്ടിവരവ്' എന്ന ചടങ്ങിനോടനുബന്ധിച്ചാണ് ഈ കലാരൂപം ഉള്ളത്. മദ്ധ്യകേരളത്തിലെ മുസ്ലീം പള്ളികളിലെ 'ചന്ദനക്കുടം' എഴുന്നള്ളിപ്പിനും മുട്ടുംവിളിയും കാണുന്നു. ഇതിനും 'ഒറ്റ' എന്ന വാദ്യമുണ്ട്.

ഇന്ന് ലുപ്ത പ്രചാരത്തിലുള്ള വാദ്യമാണിത്.

മൊരുസ്സ്

രണ്ടഗ്രത്തിലും തോൽപിടിപ്പിച്ച ഒരു നാടൻ വാദ്യമാണ് 'മൊരുസ്സ്'. ഇതിന്റെ മരഭാഗത്തിന് $^{1}/2$ മീറ്റർ നീളമുണ്ട്. രണ്ടറ്റത്തും വളയങ്ങൾ പിടിപ്പിച്ച് അതിലാണ് തോൽ ഒട്ടിക്കുക. ഇതിന് 10–12 സെ മി വ്യാസം കാണും. രണ്ടഗ്രങ്ങളെയും തോൽവാറുകൾ കൊണ്ടാണ് വരിഞ്ഞുകെട്ടുന്നത്. തെക്കൻ തിരുവിതാംകൂറിലെ ദേവീ ക്ഷേത്രങ്ങളിൽ നടത്തിവരുന്ന കുത്തിയോട്ടത്തിന് അകമ്പടിയായി ഈ വാദ്യം ഉപയോഗിക്കുന്നു. ഇതിനേക്കാൾ ഒരല്പം നീളം കൂടിയ വാദ്യത്തിന് 'വിരാണം' എന്നാണു പറയുന്നത്.

4

ഘനവാദ്യങ്ങൾ

കേരളത്തിലെ ഘനവാദ്യങ്ങളിൽ ഭൂരിഭാഗവും ലോഹനിർമ്മിതങ്ങളാണ്. താളവാദ്യങ്ങൾ എന്ന നിലയ്ക്കാണ് ഇവ ഉപയോഗിച്ചുവരുന്നത്. ശബ്ദമുണ്ടാക്കുന്നതിന്റെ അടിസ്ഥാനത്തിൽ ഇവയെ മൂന്നായി തരംതിരിക്കാം.

1. അടിച്ചു ശബ്ദമുണ്ടാക്കുന്നവ. ചേങ്ങില, ഘടം, കിണ്ണം, കോളാമ്പി, താളപ്പലക തുടങ്ങിയവ.
2. കൂട്ടിമുട്ടിച്ചു ശബ്ദമുണ്ടാക്കുന്നവ. ഇലത്താളം, കുഴിത്താളം, ബ്രഹ്മതാളം, കോൽ തുടങ്ങിയവ.
3. ഇളുക്കിയോ കുലുക്കിയോ ശബ്ദമുണ്ടാക്കുന്നവ. ചിലങ്ക, മണി, ചിലമ്പ് തുടങ്ങിയവ.

ഇവയിൽ മിക്കതും കേരളീയ കലകളുടെ അവതരണത്തിന് ഉപയോഗിക്കുന്നവയാണ്.

ചേങ്ങില

കേരളത്തിൽ ഏറെ പ്രചാരത്തിലുള്ള ഘനവാദ്യമാണ് ചേങ്ങില. 'ചേങ്ങല, ചെങ്ങല എന്നൊക്കെയും ഇതിനു പേർ. ഇതൊരു പാവനമായ താളവാദ്യമായിട്ടാണ് കണക്കാക്കിവരുന്നത്, ക്ഷേത്രവാദ്യങ്ങളുടെ കൂട്ടത്തിൽ ചേങ്ങിലക്ക് പ്രധാന സ്ഥാനമുണ്ട്. ഒരല്പം വലുപ്പം കുറഞ്ഞ ചേങ്ങിലയ്ക്ക് ഉത്തരകേരളത്തിൽ ചെങ്ങമങ്ങലം എന്നു പേരു കാണുന്നു.

പ്രാചീന സംഘം കൃതികളിൽ ചേങ്ങില എന്ന വാദ്യത്തെ പരാമർശിച്ചുകാണുന്നില്ല. എന്നാൽ കുഞ്ചൻ നമ്പ്യാർ ബാണയുദ്ധം തുള്ളലിൽ 'കാളം ചേങ്കില ചെണ്ടകൾ തിമില' എന്നും 'ചേങ്ങില കൊണ്ടൊരു വട്ടം നില്പാൻ..' (നളചരിതം തുള്ളൽ) എന്നും പ്രയോഗിച്ചിട്ടുണ്ട്. കൂടാതെ പതിനെട്ടു വാദ്യങ്ങളുടെ കൂട്ടത്തിൽ ചേങ്ങിലയും ഉൾപ്പെടുന്നുണ്ട്.

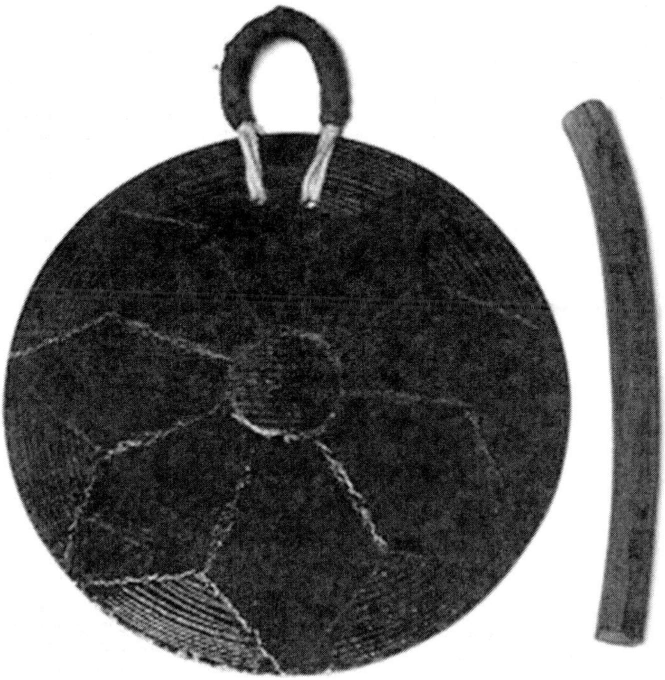

ചേങ്ങില

ഓടുകൊണ്ടു നിർമ്മിച്ചിട്ടുള്ള വൃത്താകൃതിയിലുള്ള ഒരു വാദ്യമാണ് ചേങ്ങില. വൃത്തപരിധിയോടു ചേർന്ന് ഒരു ദ്വാരമുണ്ടാക്കി അതിൽ കട്ടിയായ ചരട് വളച്ചുകെട്ടി ഇടതുപെരുവിരലിൽ ഇടുന്നു. വലതു കയ്യിൽ പിടിച്ച കനം കൂടിയ മരക്കോലുകൊണ്ട്, അടിച്ചാണ് കൊട്ടുന്നത്. പുളിയുടെയോ മന്ദാരത്തിന്റെയോ കോലുകളാണ് ഇതിനുപയോഗിക്കുന്നത്.

ക്ഷേത്രങ്ങളിലെ പൂജയോടനുബന്ധിച്ച സന്ദർഭങ്ങളിലെല്ലാം താളം പിടിക്കാൻ ചേങ്ങില എന്ന വാദ്യമുണ്ട്. പാണി, കൊട്ടിപ്പാടിസേവ, ശീവേലി, ദീപാരാധന എന്നിവക്ക് മറ്റ് വാദ്യങ്ങൾക്കൊപ്പം ഇതുപയോഗിക്കുന്നു. ക്ഷേത്രത്തിലെ ഉത്സവമേളത്തിൽ വരുന്ന കേളിയിലും ഈ വാദ്യമുണ്ട്. നാടൻ കലകളായ മുടിയേറ്റിലും പടേനിയിലും പാട്ടിനു താളം പിടിക്കുന്നതിന് ചേങ്ങിലയും ഉപയോഗിച്ചുവരുന്നു. കൃഷ്ണനാട്ടം, കഥകളി എന്നീ ക്ലാസിക് കലകളിൽ പ്രധാനപാട്ടുകാരൻ ചേങ്ങില കൊട്ടിയാണ് താളം പിടിക്കുന്നത്. കഥകളിയിൽ കേളി, അരങ്ങുകേളി, മേളപ്പദം, പുറപ്പാട്, കഥാവതരണം തുടങ്ങിയ വിവിധ സന്ദർഭങ്ങളിൽ പാട്ടിനും മേളത്തിനും ചേങ്ങില നിർബ്ബന്ധമാണ്. കഥകളിയിലെ ചേങ്ങിലയിൽ താളം പിടിച്ചു പാടുന്ന പാട്ടുകാരനെ 'പൊന്നാനി' എന്നാണു പറയുന്നത്.

ഘടം

പാട്ടിന്നകമ്പടിയായിട്ടുള്ള ഒരു താളവാദ്യമാണ് ഘടം. പ്രാചീനകാലത്ത് ഉപയോഗിച്ചിരുന്ന 'കുടം' എന്ന വാദ്യത്തിന്റെ പരിഷ്കൃതരൂപമാണിത്. നാട്ടുവഴക്കങ്ങളിൽ കാണുന്ന 'കുടാ' എന്ന പദം, 'ഘട'ത്തെയാണ് സൂചിപ്പിക്കുന്നത്. ഉത്തരേന്ത്യയിൽ 'ഘട' എന്ന പേരിലാണ് ഈ വാദ്യം അറിയപ്പെടുന്നത്.

അതിപ്രാചീനകാലം മുതൽക്കുതന്നെ കേരളത്തിൽ മണ്ണുകൊണ്ടുണ്ടാക്കിയ കുടം താളവാദ്യമായി ഉപയോഗിച്ചിരുന്ന ഗ്രാമീണ ജനതയുടെ ഉത്സവവേളകളിൽ കൂട്ടമായി പാടുമ്പോൾ കുടം അതിന്റെ അകമ്പടി വാദ്യമായിരുന്നു. രാമായണത്തിൽ ഇതിനെക്കുറിച്ചുള്ള പരാമർശം കാണുന്നു (രവീന്ദ്രനാഥ് 1997: 137) പ്രാചീന കൃതിയായ *ചിലപ്പതികാര*ത്തിലെ നായിക മാധവിയുടെ അരങ്ങേറ്റത്തിൽ 'ഓരോ കീർത്തനങ്ങൾ പാടി, ഈ ഗാന

ഘടം

ത്തിന്റെ പര്യവസാനത്തിൽ കുഴലിനെ തുടർന്ന് വീണയും വീണയെ തുടർന്ന് മദ്ദളവും, മദ്ദളത്തെ തുടർന്ന് ഘടവും ഘടത്തെ തുടർന്ന് ആ മന്ത്രികയും ആമന്ത്രികയെ തുടർന്ന് ഇടയ്ക്കയും...' വാദനം ചെയ്തിരുന്നതായി കാണുന്നു (മാധവൻ നായർ 1989:31). സ്വാതിതിരുനാളിന്റെ കാലത്താണ് (1813–1847) കേരളത്തിൽ ശാസ്ത്രീയ സംഗീതത്തിന് അഭ്യുന്നതി ഉണ്ടായത്. ഇക്കാലത്താണ് സംഗീതത്തിന്റെ പക്കവാദ്യമായ ഘടത്തിനും പ്രചാരമുണ്ടായത്.

സാധാരണമായി കാണപ്പെടുന്ന മൺകുടത്തിന്റെ ആകൃതി തന്നെയാണ് ഘടത്തിനുമുള്ളത്. എന്നാൽ കളിമണ്ണിനോടൊപ്പം ഇരുമ്പുതരി

കളും ചേർത്ത് കൂട്ടിക്കുഴച്ച് ചൂളയിലിട്ട് ചൂടാക്കി ഉണ്ടാക്കുന്നതാണിത്. ഇതിന്റെ വായ്ഭാഗം ചെറുതായിരിക്കും. നിലത്ത് ചമ്രം പടിഞ്ഞിരുന്ന്, മടിയിൽ വെച്ച് ഇരുകൈവിരലുകൾ കൊണ്ടും മണിബന്ധം കൊണ്ടും ഘടത്തിന്റെ പുറത്ത് തട്ടിയാണ് വാദനം ചെയ്യുന്നത്. ഘടത്തിന്റെ വായ്ഭാഗം, വയറിൽ അമർത്തി പിടിച്ച് ശബ്ദനിയന്ത്രണം ഉണ്ടാക്കുന്നു.

കർണ്ണാടക സംഗീതക്കച്ചേരികളിൽ രണ്ടാമത്തെ താളവാദ്യമായിട്ടാണ് ഘടം ഉപയോഗിച്ചുവരുന്നത്. കേരളീയ രംഗകലകളിലൊന്നിലും ഈ വാദ്യ സാന്നിദ്ധ്യമില്ല.

ഇലത്താളം

കേരളീയ ഘനവാദ്യങ്ങളിൽ ഏറ്റവും കൂടുതൽ കാണപ്പെടുന്ന താളവാദ്യമാണ് ഇലത്താളം. ഇതിനെ 'കൈമണി' എന്നും 'ഇടിതാളം' എന്നും സൂചിപ്പിച്ചുവരുന്നു. മറ്റുവാദ്യങ്ങളുടെ കൂടെയാണ് ഇലത്താളം ഉപയോഗിക്കുന്നത്.

പ്രാചീന കൃതികളിൽ 'താളം' എന്നു സൂചിപ്പിക്കുന്നത് ഇലത്താളത്തെയാണെന്നു കരുതുന്നു. കുഞ്ചൻ നമ്പ്യാർ സഭാപ്രവേശം തുള്ളലിൽ 'പാണ്ടിമേളമുരുട്ടുചെണ്ട കുറുംകുഴൽ ഇടിതാളവും' എന്നു പ്രയോഗിച്ചിട്ടുണ്ട്.

'ചേങ്ങില കൈമണി ചെണ്ട മൃദംഗം
മദ്ദളമിവയോരോന്നേ പോരും."

എന്നിങ്ങനെ മാത്തൂർ കുഞ്ചുകൃഷ്ണപിള്ള കഥകളി പ്രകാശികയിൽ 'ഇലത്താള'ത്തെക്കുറിച്ച് പറയുന്നു.

ഇലത്താളം കൂട്ടുലോഹമായ വെള്ളോടുകൊണ്ടു നിർമ്മിച്ചിട്ടുള്ളതും വൃത്താകൃതിയിലുള്ളതുമായ രണ്ടു പരന്ന ഘനരൂപമാണ്. ഒരേ വലിപ്പവും കനവുമുള്ള ഇവയുടെ വ്യാസം ഏകദേശം 10 സെ മീ. വരും. ഇവയുടെ മദ്ധ്യഭാഗം കുഴിഞ്ഞ് അതിലുള്ള സുഷിരത്തിലൂടെ ബലമുള്ള ചരട് കുരുക്കിക്കെട്ടിയിരിക്കുന്നു. ഓരോന്നും ഓരോ കൈകളിൽ പിടിച്ച് പരസ്പരം കൂട്ടിമുട്ടിച്ചാണ് ശബ്ദമുണ്ടാക്കുന്നത്.

കേരളീയ വാദ്യകലകളിലും ദൃശ്യകലകളിലും ഇലത്താളം ഉപയോഗിച്ചുവരുന്നു. ക്ഷേത്രാസ്പദമേളങ്ങളായ കേളി, കൊമ്പുപറ്റ്, കുഴൽപറ്റ്, ചെണ്ടമേളം, തായമ്പക, പഞ്ചവാദ്യം എന്നിവയിൽ മറ്റു വാദ്യങ്ങൾക്കൊപ്പം ഇലത്താളവുമുണ്ട്. ഒട്ടേറെ നാടൻകലകളിൽ ഇലത്താളം ഉപയോഗിക്കുന്നു. തെയ്യം, തിറ, പടേനി, മുടിയേറ്റ്, തിയ്യാട്ട്, അർജ്ജുനനൃത്തം, ആര്യമാലാനാടകം, ഏഴാമത്തുകളി, ഏഴുവട്ടം കളി, ഐവർകളി, കണ്യാർകളി, കാളകളി, കുട്ടിച്ചാത്തനാട്ടം, കുത്തിയോട്ടം, കോലംതുള്ളൽ, കംസനാടകം, ഗന്ധർവ്വൻപാട്ട്, ഗരുഡൻ പറവ തുടങ്ങി ഒട്ടുമിക്ക നാടൻ കലകളിലും ഇലത്താളം പ്രധാനമാണ്. ക്ലാസിക് കലകളായ കൃഷ്ണനാട്ടത്തിലും കഥകളിയിലും ഇതുണ്ട്. കഥകളിയിൽ പ്രധാനപാട്ടുകാരൻ ചേങ്ങില ഉപയോഗിക്കുമ്പോൾ ഏറ്റുപാടുന്ന ആൾ, ഇലത്താളമാണ് ഉപയോഗിക്കുന്നത്.

കുഴിത്താളം

ഇലത്താളത്തിന്റെ ലഘുരൂപമാണ് കുഴിത്താളം. ഇതും താളവാദ്യങ്ങളിൽ ഉൾപ്പെട്ട ഘനവാദ്യം തന്നെയാണ്. കൂട്ടുലോഹമായ വെള്ളോടുകൊണ്ടു നിർമ്മിച്ചിട്ടുള്ളതും വൃത്താകൃതിയിലുള്ളതുമായ രണ്ടു പരന്ന ഘനരൂപങ്ങളാണിവയും. ഒരേ വലിപ്പവും കനവും ഉള്ളവയായിരിക്കും. ഇലത്താളത്തെപ്പോലെതന്നെ ഇവയുടെ മദ്ധ്യഭാഗം കുഴിഞ്ഞ് അതിലുള്ള ദ്വാരത്തിലുള്ള കട്ടിയായ ചരട് കുടുക്കി കെട്ടിയിരിക്കുന്നു. ഓരോന്നും ഓരോ കൈകളിൽ പിടിച്ച് പരസ്പരം കൂട്ടിമുട്ടിച്ചാണ് ശബ്ദമുണ്ടാക്കുന്നത്.

കേരളീയ കലാരൂപങ്ങളുടെ അവതരണത്തിലാണ് കുഴിത്താളത്തിന്റെ സാന്നിദ്ധ്യമുള്ളത്. ഓട്ടൻ, പറയൻ, ശീതങ്കൻ എന്നീ തുള്ളലുകളിൽ കുഴിത്താളമാണ് ഉപയോഗിക്കുന്നത്. കണിയാൻ കൂത്ത്, കുറത്തിയാട്ടം, പരിചമുട്ടുകളി, പള്ളുകളി, വണ്ണാൻ കൂത്ത് എന്നീ നാടൻകലകളിൽ താളം പിടിക്കാനും ഇതുപയോഗിക്കുന്നു. മോഹിനിയാട്ടത്തിൽ 'നട്ടുവൻ' താളം പിടിക്കുന്നതും കുഴിത്താളം കൊണ്ടാണ്.

ജാലറ

ഇലത്താളത്തിനോട് രൂപസാദൃശ്യമുള്ള ഘനവാദ്യമാണ് 'ജാലറ' (ജാലർ). മറ്റുവാദ്യങ്ങളുടെ കൂടെയാണ് ഇതുപയോഗിക്കുന്നത്. ഒരു ഉപതാളവാദ്യമാണ്.

പിച്ചള കൊണ്ടോ ഓടുകൊണ്ടോ നിർമ്മിക്കുന്ന വൃത്താകൃതിയിലുള്ള രണ്ടു ഘനരൂപങ്ങളാണ് 'ജാലറ.' ഇതിന്റെ വ്യാസം 2 ഇഞ്ചു മുതൽ

5 ഇഞ്ചുവരെയാകാം. നടുഭാഗം ഒരല്പം ഉന്തിയ ഇതിന് രണ്ടിനും അവിടെ തുള കാണും. അതിലൂടെ ഒരു ചരടിൽ രണ്ടെണ്ണവും ഒന്നിച്ചുകെട്ടി, പരസ്പരം കൂട്ടിമുട്ടിച്ചാണ് ഉപയോഗിക്കുന്നത്.

ഹിന്ദുനാടാർ, കുശവൻ എന്നീ വിഭാഗക്കാരും അട്ടപ്പാടിയിലെ ആദിവാസികളായ ഇരുളരുമാണ് ഇത് കൂടുതലും ഉപയോഗിക്കുന്നത്. തെക്കൻ തിരുവിതാംകൂറിലും പാലക്കാടുമുള്ള വില്ലടിച്ചാൻ പാട്ട് ഇരുളരുടെ 'ഏലേലംകരടി' എന്നീ കലാരൂപങ്ങളിൽ 'ജാലാറ' ഉപയോഗിക്കുന്നു. ഭജനക്കും നാടൻപാട്ടുകൾക്കും താളവാദ്യമായി ഇതുപയോഗിക്കാറുണ്ട്.

കിണ്ണം

നാടൻ ഘനവാദ്യമാണ് കിണ്ണം. ഇതും താളവാദ്യമായി ഉപയോഗിക്കുന്നു. ഓടുകൊണ്ടാണ് ഇതുണ്ടാക്കുന്നത്. സ്ഫടികകിണ്ണവും കവിടികിണ്ണവും കാണുന്നു. രണ്ടുരീതിയിലാണ് കിണ്ണം ഉപയോഗിക്കുന്നത്. കിണ്ണത്തിന്റെ പുറം കൈകൊണ്ടോ നേരിയവടികൊണ്ടോ അടിച്ചുശബ്ദ

ജാലറ

മുണ്ടാക്കുന്ന രീതിയാണ് അതിലൊന്ന്. ഇതിന് ഓട്ടുകിണ്ണംതന്നെയാണുപയോഗിക്കുന്നത്. നാടൻ കലകളായ അമ്മാനക്കളി, ബ്രാഹ്മണിപ്പാട്ട്, ആണ്ടിക്കളി, ഓണത്തുള്ളൽ, ക്യാതംകളി, ദൈവം തുള്ളൽ, നിണബലി, മുടിയാട്ടം എന്നിവയിൽ കിണ്ണം കൊട്ടുന്നുണ്ട്. ഇത് സ്ത്രീകളും കൈകാര്യം ചെയ്യുന്നു.

കിണ്ണത്തിൽ വെള്ളം നിറച്ച് കമ്പനം ചെയ്ത് ഉപയോഗിക്കുന്നതാണ് രണ്ടാമത്തെ രീതി. ഇതിനെ 'ജലതരംഗം' എന്നുവിളിച്ചുവരുന്നു. പ്രാചീന മണിപ്രവാളകൃതിയായ ഉണ്ണുനീലി സന്ദേശത്തിൽ വാദ്യങ്ങളെപ്പറ്റി പറയുന്ന കൂട്ടത്തിൽ, 'നിറമെഴും തണ്ണി' എന്ന പ്രയോഗം കാണുന്നു. ഇത്

ജലതരംഗത്തെയാണ് സൂചിപ്പിക്കുന്നതെന്നൊരു വാദമുണ്ട് (രാജഗോപാലൻ 2008:81)

സാധാരണക്കിണ്ണത്തിൽ നിന്നും വ്യത്യസ്തമായി കുറച്ചുകൂടി 'കുഴി' യുള്ള കിണ്ണമാണ് ജലതരംഗത്തിനുപയോഗിക്കുന്നത്. അതിനാൽ, കവിടികിണ്ണമോ, സ്ഫടികക്കിണ്ണമോ കൂടുതലായി ഉപയോഗിക്കുന്നു. ഇതിൽ വെള്ളം നിറച്ച് പെൻസിൽ വലിപ്പത്തിലുള്ള ചെറിയ കോലുകൊണ്ട് കിണ്ണങ്ങൾ തട്ടിയാണ് ശബ്ദമുണ്ടാക്കുന്നത്. ജലതരംഗതായമ്പക എന്ന വാദ്യ വിശേഷമാണ് ഇതുകൊണ്ടുണ്ടാക്കുന്നത്.

മണി

ഘനവാദ്യമാണ് 'മണി.' ഇതിന് 'ഘണ്ടാ' എന്നും പറയും. ഇത് വാദ്യഘോഷത്തിന്റെ ചുരുങ്ങിയ രൂപമായിട്ടാണ് കരുതുന്നത്. വ്യത്യസ്ത വലിപ്പത്തിലുള്ള മണികൾ വ്യത്യസ്തസന്ദർഭങ്ങളിൽ ഉപയോഗിക്കുന്നുണ്ട്.

'മണി', ഓടുകൊണ്ടാണ് ഉണ്ടാക്കുന്നത്. 'മണി'യുടെ ഉൾഭാഗത്ത് ഓടുകൊണ്ടു തന്നെയുള്ള ചെറിയതും നീളത്തിലുള്ളതും അറ്റത്ത് മൊട്ടു പോലെയുള്ളതുമായ വസ്തു തൂക്കിയിടുന്നു. മണി ഇളക്കുമ്പോൾ ഇത് പാർശ്വങ്ങളിൽ തട്ടിയാണ് ശബ്ദമുണ്ടാക്കുന്നത്. മണ്ണുകൊണ്ടുണ്ടാക്കിയ 'മൺമണി' അപൂർവ്വമായി ഇവിടെ പ്രചാരത്തിലുണ്ടായിരുന്നു.

ക്ഷേത്രങ്ങളിലും ക്രിസ്ത്യൻ പള്ളികളിലും മണി ഉപയോഗിക്കുന്നു. ക്ഷേത്രങ്ങളിൽ പൂജാസമയത്ത് പൂജാരി കയ്യിൽവെച്ച് മണിയടിക്കുന്ന രീതി സാധാരണമാണ്.

"സ്നാനേ ധൂപേ തഥാദീപേ
നൈവേദ്യഭൂഷണേതഥാ
ഘണ്ടാ നാദം പ്രകുർവീത
തഥാ നീരജനേപി ച"

എന്നിങ്ങനെ പൂജാവേളയിൽ വേണ്ട കാര്യങ്ങളുടെ കൂട്ടത്തിൽ 'ഘണ്ടാനാദ'വും ഉൾപ്പെടുന്നു. പൂജാവേളയിൽ തന്നെ ശ്രീകോവിലിനു പുറത്ത് തൂക്കിയിട്ടുള്ള മണി പൂജാരിയല്ലാത്തവർ, മറ്റുവാദ്യമേളങ്ങൾക്കൊപ്പം അടിക്കുന്ന രീതിയും കാണുന്നു. തിരുവനന്തപുരത്തെ ആറ്റുകാൽ ക്ഷേത്രത്തിൽ പൂജാവേളയിൽ മറ്റ് വാദ്യങ്ങൾക്കൊപ്പം വലിയ മണി അടിക്കുന്നു. ചില ക്ഷേത്രങ്ങളിൽ പൂജാസമയത്ത് ഒന്നിലധികം മണികൾ അടിക്കുന്ന രീതിയുണ്ട്. കേരളത്തിലെ ക്രിസ്ത്യൻ പള്ളികളുടെ മുന്നിൽ വലിയ മണി തൂക്കിയിട്ടിരിക്കുന്നതു കാണാം. കയറുകൾ ഉപയോഗിച്ചാണ് ഇതടിക്കുന്നത്. കുർബ്ബാനാസമയത്തും പള്ളി പെരുനാൾ ചടങ്ങുകളിലും മണിയടിക്കുന്നു. കൂടാതെ സഭാവിശ്വാസികളെ അടിയന്തിരഘട്ടങ്ങളിൽ വിളിച്ചുകൂട്ടാനും സമയം അറിയിക്കാനും മണിയടിക്കുന്ന പതിവുണ്ട്.

ഉത്തരകേരളത്തിലെ നാടൻകലകളായ ഓണത്താർ, ഓണേശ്വരൻ, കർക്കടോത്തി എന്നീ കോലങ്ങളുടെ ആട്ടത്തിനൊപ്പം 'മണി' അടിക്കുന്നു. ഓണത്താറിന്റെ വലതുകയ്യിൽ 'മണി'യും ഇടതുകയ്യിൽ ഓണവില്ലും

മണി

അമ്പും കാണാം. 'മണി' കിലുക്കിക്കൊണ്ട് വീടുകളിലെത്തുന്നു.

'ഒച്ചകൊള്ളും മണികൊട്ടി നന്നായ്
ചേർച്ചയോടങ്ങുവലത്തുകയ്യിൽ..."

എന്നിങ്ങനെ ഓണത്താറിന്റെ രൂപത്തിൽ തന്നെ 'മണി'യുള്ളതായി പറയുന്നു. കോഴിക്കോട് ജില്ലയിലെ 'ഓണേശ്വര'ന്റെ വലതുകയ്യിലും മണിയുണ്ട്. ഈ മണികിലുക്കിക്കൊണ്ടാണ് വീടുകളിലെത്തുന്നത്. മണിനാദം കേട്ടാലുടനെ ഓണേശ്വരനെ (ഓണപ്പൊട്ടനെ) സ്വീകരിക്കാൻ വീട്ടുകാർ ഒരുങ്ങുന്നു. കർക്കടോത്തിക്കോലത്തിന്റെ കയ്യിലും മണിയുണ്ട്. ഈ മണി കിലുക്കികൊണ്ടാണ് വീടുകളിലെത്തുന്നത്. ഇതിൽ മണിനാദത്തിനുപുറമെ, ഉരുട്ടുചെണ്ടയും വാദ്യമായി ഉപയോഗിക്കുന്നു.

ചിലങ്ക

പ്രാചീനമായ ഒരു സംഗീതോപകരണം. നർത്തകർ കാലിൽ ധരി

ക്കുന്നു. പിച്ചള, ഓട് എന്നീ ലോഹങ്ങളാൽ നിർമ്മിതമായ മണികളാണ് ചിലങ്കയുടെ ശബ്ദമാധ്യമം. ദീർഘചതുരാകൃതിയിലുള്ള തോൽവെട്ടിയെടുത്ത്, അതിലാണ് മണികൾ ഘടിപ്പിക്കുന്നത്. ചിലങ്കയിലെ മണികളുടെ എണ്ണം എ പ്പോഴും ഒറ്റ സംഖ്യയായിരിക്കും. കണങ്കാലിലാണ് ചിലങ്ക ധരിക്കുന്നത്. കഥകളി, മോഹിനിയാട്ടം, തുള്ളൽ തുടങ്ങിയ കലകളിലെ നർത്തകർ, കാലിൽകെട്ടി ഇതുപയോഗിക്കുന്നു. ആലപ്പുഴ, പാലക്കാട് ജില്ലകളിൽ കാണു ന്ന ആയോധനരൂപമായ പരിചകളി, ആദിവാസി നൃത്ത രൂപങ്ങളായ മന്നാ ൻകൂത്ത്, നായ്ക്കർ കളി, കുറുമർകളി എന്നിവയിലും നർത്തകർ, കാലിൽ ചിലങ്കയണിയുന്നു.

അട്ടപ്പാടിയിലെ ആദിവാസികൾക്കിടയിൽ പ്രചാരത്തിലുള്ള പാട്ടു ചിലങ്ക പാട്ടിന് താളം പിടിക്കാൻ ഉപയോഗിക്കുന്നു. ചിലങ്കതാളം മറ്റൊരുപകരണമാണ്. ഇരുമ്പുവളയത്തിൽ ചിലങ്ക മണികൾ കോർത്തിട്ട് വളയം ഒരു മരക്കോലിൽ (മരപ്പിടി) ഘടിപ്പിച്ച രീതിയാണ്. ഇതിനുള്ളത്.

ചിലമ്പ്

അനുഷ്ഠാനകലകളിൽ ഉപയോഗിച്ചുവരുന്ന ലോഹനിർമ്മിതമായ ഒരു നാദോപകരണമാണ് ചിലമ്പ്. നർത്തകർ കാലിലും കയ്യിലും ചിലമ്പ് അണിയുന്നരീതിയുണ്ട്. കാൽച്ചിലമ്പ്, കൈചിലമ്പ്, മണി ചിലമ്പ്, കോൽചിലമ്പ്, എന്നിങ്ങനെ പല രീതിയിലുള്ള ചിലമ്പുകൾ പ്രചാരത്തിലുണ്ട്. ചിലമ്പുകളുടെ ഉള്ളിലുള്ള ചെറിയ മണികളുടെ എണ്ണത്തിലും വ്യത്യാസം കാണാം. മാത്രമല്ല, പല വലിപ്പത്തിലുള്ള ചിലമ്പുകളുമുണ്ട്.

ഓടുകൊണ്ടു നിർമ്മിച്ച ദീർഘവൃത്താകൃതിയിലുള്ള ഉപകരണമാണ് 'ചിലമ്പ്.' അതിന്റെ ഉള്ളിൽ ചെറിയ മണികൾ ഇടുന്നു. ചിലമ്പ് കുലുക്കിയാണ് ഉപയോഗിക്കുന്നത്.

കണ്ണകിയുടെ ചിലമ്പിന്റെ കഥ പറയുന്ന കാവ്യമാണ് ഇളംകോവടികളുടെ *ചിലപ്പതികാരം.*

ക്ഷേത്രകലയായ ചാക്യാർകൂത്തിൽ ചിലമ്പ് ഉപയോഗിച്ചിരുന്നതായി പറയപ്പെടുന്നു (ജോസഫ് 2007:46). എന്നാൽ നാടൻ കലകളിലാണ് 'ചിലമ്പ്' കൂടുതലും ഉള്ളത്. വാളും ചി ലമ്പും പീഠത്തിൽ വെച്ചു പൂജിക്കുന്നരീതി ഭഗവതിയാട്ടിലും അയ്യപ്പൻ വിളക്കിലും ഉണ്ട്. വ്യത്യസ്തമായ അനുഷ്ഠാനങ്ങളിൽ വ്യത്യസ്തമായ കോമരം തുള്ളലുകൾ കാണാം. കാലിൽ ചിലമ്പണിഞ്ഞാണ് തുള്ളുന്നത്. മിക്ക തെയ്യത്തിനും തിറയ്ക്കും ചിലമ്പ് അണിയലത്തിന്റെ ഭാഗമാണ്. വള്ളുവനാട്ടിലെ കലാരൂപങ്ങളായ *മലവായി* ആട്ടം, ദാരികവധം, പൂതം കളി, പൂതനും തിറയും തുടങ്ങിയ കലാരൂപങ്ങളിലും വേഷവിധാനത്തിൽ ചിലമ്പുണ്ട്. അയ്യപ്പൻവിളക്കിൽ അയ്യപ്പന്റെ വേഷം, ചിലമ്പ് കയ്യിൽ പിടിച്ചാണ് ആടുന്നത്. കോൽക്കളിയിൽ കോലുകളിൽ ചെറിയ ചിലമ്പ് കെട്ടുന്നു.

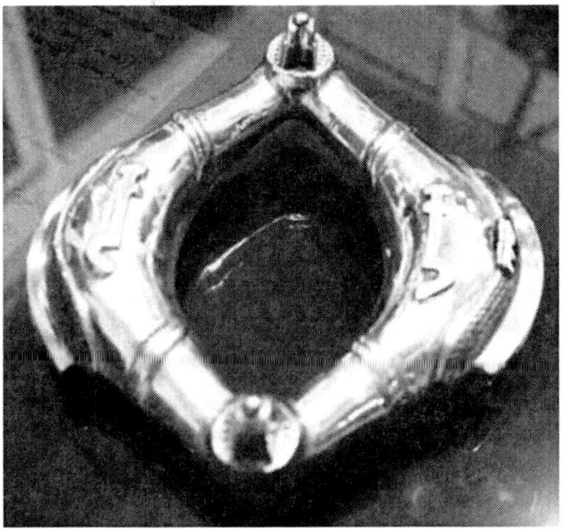

ചിലങ്ക

കോൽ

കേരളത്തിൽ അപൂർവ്വമായി ഉപയോഗിക്കുന്ന ഒരു താളവാദ്യോപകരണമാണ് 'കോൽ.' ഇത് പ്രാചീനമായ സംഗീതോപകരണമായി കണക്കാക്കിവരുന്നു.

'കോൽക്കളി' എന്ന വിനോദകലയിലാണ് 'കോലുകൾ' ഉപയോഗിക്കുന്നത്. കോലടിക്കളി, കോലുകളി, കോലാട്ടം, കമ്പടിക്കളി എന്നീ പേരുകളിലൊക്കെ ഇതറിയപ്പെടുന്നു. കോലുകൾ ഇരുകൈയിലുമേന്തി പുരുഷന്മാർ നടത്തുന്ന വട്ടനൃത്തമാണ് കോൽക്കളി. പനകടഞ്ഞെടുത്താണ് കോലുകൾ ഉണ്ടാക്കുന്നത്. കോലുകൾക്ക് ഏകദേശം ഒന്നരയടി നീളമുണ്ടായിരിക്കും. പിടിക്കുന്ന ഭാഗത്ത് ഒരല്പം കനം കൂടിയതും ക്രമേണ കനം കുറഞ്ഞുവരുന്നതുമാണ് കോലുകൾ. കോലുകളിൽ പിടിക്കുന്ന ഭാഗത്ത്, ചെറിയ ചിലമ്പോ, മണിയോ കോർത്തിട്ടിരിക്കും. കോലുകൾ പരസ്പരം അടിച്ചുശബ്ദമുണ്ടാക്കിയാണ് കളിക്കുന്നത്.

ഹൈന്ദവ സമുദായത്തിൽപ്പെട്ട നായന്മാരും ഈഴവരുമാണ് വടക്കേ മലബാറിൽ കോൽക്കളി അവതരിപ്പിക്കുന്നത്. വയനാട്ടിലെ കുറുമർ, കുറിച്യർ എന്നീ ആദിവാസി വിഭാഗങ്ങൾക്കിടയിലും ഈ കലാരൂപം കാണാം. ഈ രണ്ടിനം കോൽക്കളിയും അനുഷ്ഠാനപരമാണ്. മലബാറിലെ മാപ്പിളമാർക്കിടയിലുള്ള കോൽക്കളിക്കാണ് ഏറെപ്രചാരം. ഇത് തികച്ചും വിനോദപരമാണ്. സ്ത്രീകൾക്കിടയിൽ കാണുന്ന 'ചരടു പിന്നിക്കോലാട്ടം' എന്ന കാലാരൂപത്തിലും കോലുകൾ അടിച്ചുകളിക്കുന്നു. തിരുവനന്തപുരം ജില്ലയിലും മലപ്പുറം ജില്ലയിലെ പഴയ മങ്കട കോവിലകത്തിന്റെ അധീനപ്രദേശങ്ങളിലും ഈ കലാരൂപം കാണാം.

കോൽ

ചപ്ലാങ്കട്ട

മരം കൊണ്ടുണ്ടാക്കുന്ന ഒരു ഘനവാദ്യമാണ് 'ചപ്ലാങ്കട്ട'. ഇതിന് പ്രാചീനതയേറും. ഇതും ഒരു താളവാദ്യമാണ്.

കട്ടിയായ മരത്തടിയിൽ തീർത്ത ചപ്ലാംകട്ടക്ക് 7 ഇഞ്ച് നീളവും 2 ഇഞ്ച് വീതിയുമുണ്ട്. ചീകി മിനുസപ്പെടുത്തിയ തടിയിൽ ചില്ലിടുന്നതിന് ചെറിയ നാലു തുളകളും കൈവിരലുകൾ കടത്തുന്നതിന് രണ്ടു തുളകളും ഉണ്ടായിരിക്കും. ഇങ്ങനെയുള്ള രണ്ടു മരക്കട്ടകളാണ് ചപ്ലാംകട്ട എന്നറിയപ്പെടുന്നത്. വലതു കൈവിരലുകളിൽ പിടിച്ച്, പരസ്പരം കൂട്ടി മുട്ടിച്ചാണ് ശബ്ദം ഉണ്ടാക്കുന്നത്.

പുരാണത്തിൽ നാരദ മഹർഷിയുടെ കയ്യിൽ ഈ ഉപകരണം ഉണ്ടായിരുന്നു. ക്ഷേത്രങ്ങളിലും വീടുകളിലും സന്ധ്യാനേരത്തു നടത്തിവരുന്ന ഭജനയ്ക്ക് താളവാദ്യമായി ചപ്ലാങ്കട്ട ഉപയോഗിക്കുന്നു. പഴയ കാലത്ത് ഹരികഥക്കും കഥാപ്രസംഗത്തിനും കാഥികന്റെ കയ്യിൽ ഈ സംഗീതോപകരണമുണ്ടായിരുന്നു.

ചപ്ലാംകട്ടയോട് സാദൃശ്യമുള്ള ഉപകരണമാണ് 'മണിക്കട്ട' രൂപത്തിൽ ഒരല്പം ചെറുതാണെന്നുമാത്രം. ഇതു രണ്ടെണ്ണമുണ്ട്. പരസ്പരം കൂട്ടി മുട്ടിച്ചാണ് ശബ്ദം ഉണ്ടാക്കുന്നത്. പ്രധാനമായും ഭജനയ്ക്കാണ് ഇതുപയോഗിക്കുന്നത്.

കോളാമ്പി

അത്യപൂർവ്വമായി സംഗീതോപകരണം എന്ന നിലയ്ക്ക് ഉപയോഗിച്ചുവരുന്നതാണ് 'കോളാമ്പി.' പഴയമാപ്പിളത്തറവാട്ടുകളിലാണ് ഓടുകൊണ്ടുണ്ടാക്കിയ കോളാമ്പിയുള്ളത്. മലബാറിലെ മാപ്പിളമാർക്കിടയിൽ പ്രചാരത്തിലുണ്ടായിരുന്ന പാട്ടുരൂപമാണ് 'കോളാമ്പിപ്പാട്ട്'. മാപ്പിളമാരുടെ കല്യാണവേളകളിലാണ്, വിനോദം എന്ന നിലയ്ക്ക് കോളാമ്പിപ്പാട്ട് ഉണ്ടായിരുന്നത്. കോളാമ്പിയിൽ പാളവിശറികൊണ്ട് അടിച്ചുപാടുന്ന പാട്ടാണിത്. മാപ്പിളപ്പാട്ടുകളാണ് പാടുന്നത്. ഇന്ന് ഈ പാട്ടുരൂപം തീരെ പ്രചാരത്തിലില്ല എന്നും പറയാം.

കൊക്കറോ

തെക്കൻ തിരുവിതാംകൂറിലെ മലനിവാസികൾക്കിടയിൽ കണ്ടുവരുന്ന ഒരു ഘനവാദ്യമാണ് കൊക്കറോ. കൊക്ര, കൊക്കരോ എന്ന പേരുകളും ഇതിനുണ്ട്. ഇതൊരു താളവാദ്യമാണ്. പാട്ടിന് അകമ്പടിയായി ഉപയോഗിക്കുന്നു. കാട്ടുകോഴിയുടെ ശബ്ദം ഉണ്ടാക്കുന്നതിനാലാണ് ഈ പേരു ലഭിച്ചത് എന്നു കരുതുന്നു.

കൊക്കറോയുടെ പ്രധാന ഭാഗം, ഇരുമ്പുകൊണ്ടുണ്ടാക്കിയ കുഴലാണ്. ഇതിന് 8 ഇഞ്ച് നീളവും 2 ഇഞ്ച് വ്യാസവുമുണ്ട്. കുഴലിന്റെ മുകൾഭാഗം കീറി, അതിനു മുകളിലായി അനേകം പടികൾ കൊത്തിയിരിക്കും. കണ്ണി

കൾ കോർത്തു ഒരു നേരിയ കമ്പിയും ഇതിനൊപ്പം ഉണ്ടായിരിക്കും. ഇടതു കയ്യിൽ പിടിച്ച്, വലതുകൈകൊണ്ട് ലോഹകമ്പി കുഴലിൽ ഉരസിയാണ് ശബ്ദം ഉണ്ടാക്കുന്നത്. ആദ്യകാലത്ത്, ഇരുമ്പുകുഴലിനുപകരം മുളന്തണ്ടായിരുന്നു ഉപയോഗിച്ചിരുന്നത് (ജോസഫ് 2007:96).

ആദിവാസി വിഭാഗത്തിൽപ്പെട്ട 'കാണിക്ക'രുടെ വാദ്യോപകരണമാണ് കൊക്കറോ. ഇവരെ 'മലയരയർ' എന്നും വിളിക്കുന്നു. ഈ ഉപകരണം ഉപയോഗിച്ചാണ് ഇവർ ചാറ്റുപാട്ടുകൾ പാടുന്നത്. പിണിദോഷങ്ങൾ ഒഴിവാക്കാനും ഇഷ്ടദേവതാ പ്രീണനത്തിനും വേണ്ടി നടത്തുന്ന മന്ത്രവാദപ്പാട്ടുകളാണ് ചാറ്റുപാട്ടുകൾ (ജനാർദ്ദനൻ. 2008:43). കൂടാതെ രോഗശമനം ക്ഷുദ്രപീഡ ഒഴിവാക്കാൻ, ഗൃഹദോഷങ്ങൾ ഇല്ലായ്മ ചെയ്യാൻ, നായാട്ടിൽ വിജയമുണ്ടാക്കാൻ തുടങ്ങിയ ലക്ഷ്യങ്ങളും ചാറ്റുപാട്ടുകൾക്കുണ്ട്. കൂടാതെ നല്ലണ പോരുപാട്ട്, കുരുബാണ്ടി തോറ്റം എന്നിവ പാടുമ്പോഴും കാണിക്കാർ കൊക്കറ വാദ്യം ഉപയോഗിക്കുന്നു. തെക്കൻ കേരളത്തിലെ അനുഷ്ഠാനകലയായ 'മുടിയാട്ട'ത്തിൽ 'കൊക്കറോ' ഉപയോഗിക്കുന്നുണ്ട് (ശശിധരൻ ക്ലാരി. 2010:264).

പൊന്തി

അപൂർവ്വമായ ഒരു വാദ്യോപകരണമാണ് 'പൊന്തി.' മദ്ധ്യകേരളത്തിലെ കാവുകളിൽ പ്രചരിച്ചിട്ടുള്ള 'ഐവർ കളി'യിൽ മാത്രമാണ് ഈ വാദ്യം ഉപയോഗിച്ചുവരുന്നത്. ഇതിന് 'കോൽമണി' എന്ന പേരുമുണ്ട്. ആശാരി, മൂശാരി, കരുവാൻ, തട്ടാൻ, കല്ലാശാരി എന്നിവരാണ് പ്രധാനമായും ഐവർ കളി അവതരിപ്പിക്കുന്നത്. ഈഴവർ, ചെറുമർ, വേട്ടുവർ, പുലയർ, സാംബവർ തുടങ്ങിയവരും ഇതവതരിപ്പിക്കുന്നു.

ഏകദേശം ഒന്നരയടി നീളമുള്ള മരത്തിന്റെ വടി (കുറുവടി) യുടെ അറ്റത്ത് മൂന്നോ നാലോ ചിലമ്പുകൾ കോർത്തിട്ടുണ്ടാക്കുന്നതാണ് ഈ വാദ്യോപകരണം. വടിയുടെ ഒരറ്റം വലതുകൈകൊണ്ടുപിടിച്ച് താഴോട്ടും മേലോട്ടും കുലുക്കുമ്പോൾ, ചിലമ്പുകൾ കൂട്ടിമുട്ടുന്ന ശബ്ദമാണ് 'പൊന്തി'യുടെ നാദം. ഈ നാദത്തിനനുസരിച്ചാണ് നൃത്തം ചെയ്യുന്നത്.

ഇതിനോട് ഏറക്കുറെ സാദൃശ്യം പുലർത്തുന്ന വാദ്യോപകരണമാണ് 'വടി ചിലങ്ക'. വടിയും ചിലങ്കയും കോർത്തിണക്കിയാണ് ഇതുണ്ടാക്കുന്നത്. ഭരണിപ്പാട്ട് (പൂരപ്പാട്ട്) പാടുന്നതിന് അകമ്പടിയായിട്ടാണ് ഇതുപയോഗിക്കുന്നത്.

5

സുഷിരവാദ്യങ്ങൾ

സുഷിരങ്ങളിലൂടെ കാറ്റുകടത്തിവിട്ട് ശബ്ദമുണ്ടാക്കുന്ന വാദ്യങ്ങളാണ് 'സുഷിരവാദ്യങ്ങൾ' (തുളവാദ്യങ്ങൾ). ഒരുപക്ഷേ, ആദിമമനുഷ്യർ ആദ്യം ഉണ്ടാക്കിയത് ഈ വാദ്യങ്ങളായിരിക്കാം. ഭരതമുനിയുടെ *നാട്യശാസ്ത്രം* മുപ്പതാം അദ്ധ്യായം സുഷിരവാദ്യങ്ങളെക്കുറിച്ചുള്ളതാണ് (നാരായണപിഷാരോടി, 1987).

ഇളംകോവടികളുടെ ചിലപ്പതികാരത്തിൽ ഇതിനെ 'തുളക്കുരുവി' എന്നാണ് പറയുന്നത്. ഇവ സ്വരവാദ്യങ്ങൾ എന്ന ഗണത്തിൽപ്പെടുന്നു. രാഗാലാപനത്തിനും ഗാനങ്ങൾ വായിക്കുന്നതിനും ഉപയോഗിക്കുന്നതിനാൽ ഇവയെ 'ഗാനവാദ്യങ്ങൾ' എന്നും പറയുന്നു (വെങ്കിടസുബ്രഹ്മണ്യയ്യർ. 1990).

സുഷിരവാദ്യങ്ങളെ രണ്ടായിതരംതിരിക്കാം.

1. കാറ്റൂതി ഏല്പിച്ച് ശബ്ദമുണ്ടാക്കുന്നവ, ഓടക്കുഴൽ, നാഗസ്വരം ചീനം, ശംഖ്, മുഖവീണ തുടങ്ങിയവ.
2. കാറ്റുസഞ്ചികൾ വഴിയോ മറ്റോ കാറ്റ് അകത്തു കയറ്റി ശബ്ദമുണ്ടാക്കുന്നവ. ഹാർമ്മോണിയം, ശ്രുതിപ്പെട്ടി തുടങ്ങിയവ. ഇതിൽ ഹാർമ്മോണിയം യൂറോപ്യൻ സംഗീതോപകരണമാണ്.

കാറ്റൂതി ശബ്ദമുണ്ടാക്കുന്ന സംഗീതോപകരണങ്ങൾക്കാണ് കേരളത്തിൽ കൂടുതൽ പ്രചാരം. വാദ്യകലകളിലും രംഗകലകളിലുമൊക്കെ ഇവയിൽ പലതും ഉപയോഗിക്കുന്നുണ്ട്. ഇന്ന് തീരെ പ്രചാരത്തിലില്ലാത്ത സുഷിരവാദ്യവും കാണാം. ഉദാഹരണം: മുഖവീണ.

ഓടക്കുഴൽ

അതിപുരാതനമെന്നു പറയാവുന്ന ഒരു സംഗീതോപകരണമാണ് ഓട

ക്കുഴൽ. പുല്ലാങ്കുഴൽ, വേണു, മുരളി എന്നീ പേരുകളിലും ഇതറിയപ്പെടുന്നു. ഉത്തരേന്ത്യക്കാർ 'ബാൻസുരി' എന്നും പാശ്ചാത്യർ 'ഫ്ളൂട്ട് (Flute) എന്നും വിളിക്കുന്നു. ഓടക്കുഴൽ, ഗാനവാദ്യങ്ങളിൽപ്പെടുന്ന സംഗീതോപകരണമാണ്.

ഹൈന്ദവപുരാണപ്രകാരം, ഓടക്കുഴൽ ശ്രീകൃഷ്ണന്റെ കൈവശമുള്ള സംഗീതോപകരണമായിട്ടാണ് അറിയപ്പെടുന്നത്. ശ്രീകൃഷ്ണന്റെ വേണുഗാനത്തെക്കുറിച്ചെല്ലാം *ഭാഗവത*ത്തിൽ വിശദമായി പറയുന്നുണ്ട്. 'മുരളി' ഉപയോഗിക്കുന്നതിനാൽ ശ്രീകൃഷ്ണനെ 'മുരളീധരൻ' എന്നു വിളിക്കുന്നു. *ചിലപ്പതികാര*ത്തിലും ഓടക്കുഴലിനെ കുറിച്ച് പരാമർശം കാണാം. മുള, ചന്ദനം, ചെങ്കാലി, കരിങ്ങാലി, വെങ്കലം മുതലായവ കൊണ്ടുണ്ടാക്കപ്പെട്ട അഞ്ചുതരം പുല്ലാങ്കുഴലുകളെപ്പറ്റി അതിൽ പറയുന്നുണ്ട് (മാധവൻ നായർ 1989.30). മാത്രമല്ല മാധവിയുടെ കണ്ഠസ്വനത്തിന്,

'വീണാവേണു സുധയെന്നിവ മൂന്നും
ഈ മറ്റുകലർന്നുമട്ടായെയൊരു...'

ഓടക്കുഴൽ

ശബ്ദമാധുര്യമുണ്ടെന്നും പറയുന്നു. ഇതും ഓടക്കുഴലിന്റെ അക്കാലത്തെ പ്രചാരണത്തെയാണ് സൂചിപ്പിക്കുന്നത്. ഉണ്ണുനീലി സന്ദേശത്തിലും 'ശൗണ്ഡീ, വേണു, സ്തനി...' തുടങ്ങിയ വാദ്യോപകരണങ്ങളെ കാണാം. കാർത്തിക തിരുനാളിന്റെ 'ബാലരാമഭാരത'ത്തിന്റെ രാഗതാളഗതങ്ങളായ വാദ്യങ്ങളുടെ കൂട്ടത്തിലാണ് വേണുവിനെ ഉൾപ്പെടുത്തിയിട്ടുള്ളത്. കുഞ്ചൻനമ്പ്യാർ 'പന്തടി വീണാ വേണു മൃദംഗം' (തുള്ളൽ-[illegible]) എന്നു പ്രയോഗിച്ചിട്ടുണ്ട്.

വിവിധതരം ഓടക്കുഴലുകൾ പ്രചരിച്ചുവരുന്നു. വലിപ്പവും തുളകളുടെ എണ്ണവുമടിസ്ഥാനമാക്കിയുള്ളതാണ് ഇവ. വലിപ്പത്തിനനുസരിച്ച് ശ്രുതിയിൽ വ്യത്യാസം വരും. സാധാരണയായി ഏഴു തുളകളാണുണ്ടാകുക. ഇത് സപ്തസ്വരങ്ങളെ പ്രതിനിധാനം ചെയ്യുന്നു എന്നാണ് പറയുന്നത്.

'ഓട' (മുള) കൊണ്ടു നിർമ്മിച്ച കുഴലാണ് ഓടക്കുഴൽ. ചന്ദനം, ചെങ്കാലി, കരിങ്ങാലി, ഓട്, ആനക്കൊമ്പ് എന്നിവകൊണ്ടും ഈ കുഴൽ ഉണ്ടാക്കാറുണ്ടെങ്കിലും മുളകൊണ്ടുണ്ടാക്കുന്നതിന് കനം കുറയും. മാത്രമല്ല, ശബ്ദമാധുര്യം കൂടുകയും ചെയ്യും. ഓടക്കുഴലിന് ഏകദേശം 14 ഇഞ്ച് നീളമുണ്ടായിരിക്കും. ഇതിന്റെ ഇടത്തെ അറ്റത്തുള്ള വായ്ഭാഗം അടയ്ക്കുന്നു. ഈ അറ്റത്തു നിന്നും മുക്കാൽ ഇഞ്ച് അകലത്തിൽ ആദ്യത്തെ തുളയിടുന്നു. ഈ തുളയെ 'ജഖരന്ധ്രം' എന്നു പറയുന്നു. ഇതിലൂടെ ഊതിയാണ് ശബ്ദമുണ്ടാക്കുന്നത്. ഈ തുളയിൽ നിന്നും ഒരേ അകലത്തിലും ഒരേ വരിയിലുമായി ഏഴു തുളകളും ഇടുന്നു. ഇരുകൈകളിലെയും വിരലുകൾ കൊണ്ട് ചുണ്ടിൽ ചേർത്തുവെച്ച്, ഊതിയാണ് ഓടക്കുഴൽ വായിക്കുന്നത്.

കർണ്ണാടകസംഗീത കച്ചേരിയിൽ ഉപയോഗിക്കുന്ന ഒരു ഉപസംഗീതോപകരണമാണ് പുല്ലാങ്കുഴൽ (ഓടക്കുഴൽ). മാത്രമല്ല പുല്ലാങ്കുഴൽ കച്ചേരിയും പതിവുണ്ട്. കേരളീയ ക്ലാസിക് കലകളായ മോഹിനിയാട്ടം, കേരളനടനം തുടങ്ങിയവയ്ക്ക് പാട്ടിന്റെ അകമ്പടിയായി ഓടക്കുഴൽ വിളിക്കുന്ന രീതിയും കാണുന്നു.

മുഖവീണ

പ്രാചീനമായൊരു സുഷിരവാദ്യമാണ്. 'മുഖവീണ'. സ്വരവാദ്യങ്ങൾ എന്ന ഗണത്തിലാണ് ഇതും ഉൾപ്പെടുന്നത്.

കുഞ്ചൻനമ്പ്യാരുടെ കാലത്ത് 'മുഖവീണ'യ്ക്ക് പ്രചാരം ഉണ്ടായിരുന്നു.

"തിത്തിക്കുഴലിടയ്ക്കയുടുക്കുമെടുത്തു മടക്കുമടുക്കും
ഒത്തിണമൃദുമദ്ദളമുരുതരമുരളികൾ മുഖവീണകളും."

എന്നു ഹരിണീ സ്വയംവരം ശീതങ്കൻ തുള്ളലിലും.

"തിത്തി വീണ മുഖവീണാ മുരശും"

എന്ന് സ്യമന്തകം ഓട്ടൻ തുള്ളലിലും അദ്ദേഹം രേഖപ്പെടുത്തിയിട്ടുണ്ട്. കാർത്തിക തിരുനാൾ എടുത്തു കാണിക്കുന്ന സ്വരരാഗതാളഗതഗതങ്ങളായ വാദ്യങ്ങളുടെ കൂട്ടത്തിൽ മുഖവീണയും സൂചിപ്പിക്കുന്നു.

ഓടുകൊണ്ടുണ്ടാക്കിയ നീളത്തിലുള്ള ഒരു കുഴലാണ് മുഖവീണ. ഇതിന്റെ ഒര് അഗ്രഭാഗത്തിൽ കൂടിയാണ് ഊതുന്നത്. ആ അഗ്രഭാഗത്തുനിന്നും വ്യാസം കൂടിക്കൂടിവന്ന് രണ്ടാമത്തെ അഗ്രത്തിലെത്തുമ്പോഴേക്കും കാളം പോലെയാകും. കുഴലിൽ ഏഴുതുളകളാണുണ്ടാവുക.

ഇതിനു സമാനമായി മുളയിൽ നിർമ്മിച്ചിട്ടുള്ള സംഗീതോപകരണവും കാണുന്നു. കുഴലിന്റെ ഒരറ്റത്തു കൂടിയാണ് ഇതിലും ഊതുന്നത്. ഇതിന് ഘനം കുറഞ്ഞഭാഗം, കനം കൂടിയഭാഗം എന്നിങ്ങനെ രണ്ടുഭാഗങ്ങൾ കാണാം. കനം കുറഞ്ഞ ഭാഗത്താണ് തുളകൾ ഇടുന്നത്. തുളകളുടെ എണ്ണം 2, 4, 6 എന്നിങ്ങനെ ആകാം.

എന്തായാലും ഈ സംഗീതോപകരണം ഇന്നു തീരെ പ്രചാരത്തിലില്ല.

കുറുംകുഴൽ

കേരളത്തിലെ ക്ഷേത്രവാദ്യങ്ങളിൽ ഉൾപ്പെടുന്ന വാദ്യമാണ് 'കുറുംകുഴൽ.' ഇതിനെ 'കുഴൽ' എന്നും പറയാറുണ്ട്. കുറുംകുഴലിനെ ഒരു മംഗളവാദ്യമായിട്ടാണ് കരുതിവരുന്നത്. ചെറിയ തോതിൽ രാഗങ്ങളും ഗാനങ്ങളും വായിക്കാൻ ഇതിനു കഴിയും.

പ്രാചീന സംഗീതകൃതികളിൽ 'കുഴൽ' എന്ന പേരിലാണ് ഇതറിയപ്പെടുന്നത്. 'തിത്തിക്കുഴലിടയ്ക്കയുടുക്കു... മെന്ന് കുഞ്ചൻനമ്പ്യാർ പ്രയോഗിച്ചു കാണുന്നു (തുള്ളൽ: ഹരിണീ സ്വയംവരം).

കുറുംകുഴൽ

കരിവീട്ടിയിൽ നിർമ്മിച്ച ഏകദേശം 45 സെ മീ നീളം വരുന്ന ഒരു സംഗീതോപകരണമാണ് കുറുംകുഴൽ. അകം പൊള്ളയായ ഇതിന്റെ ഒരറ്റത്തിന് കോളാമ്പിയുടെ ആകൃതിയാണുള്ളത്. ഊതാനുപയോഗിക്കുന്ന അഗ്രത്തിൽ ഒരു 'നറുക്ക്' ഘടിപ്പിച്ചിരിക്കും. ഇത് ഒരിനം പുല്ലുകൊണ്ടാണ് ഉണ്ടാക്കുന്നത്.

കുഴലിൽ ആറോ ഏഴോ സുഷിരങ്ങൾ കാണാം. കുഴലൂതുമ്പോൾ ആവശ്യാനുസരണം ഇവ വിരലുകൾ കൊണ്ടമർത്തുകയും വിടുകയും ചെയ്യുന്നു.

ക്ഷേത്രങ്ങളിലെ ദീപാരാധനയോടനുബന്ധിച്ചുള്ള മേളത്തിൽ 'കുറുംകുഴൽ' വിളിക്കാറുണ്ട്. ഉത്സവമേളങ്ങളിൽ 'കുഴൽ പറ്റ്' എന്നൊരു മേളസവിശേഷതകൂടി അരങ്ങേറുന്നു. കുറുംകുഴലിനാണ് ഇതിൽ പ്രാധാന്യം ഇലത്താളം, ചെണ്ട എന്നിവ അകമ്പടിയായി ഉപയോഗിക്കുന്നു. ഒരു പ്രത്യേകരാഗത്തിൽ കുറുംകുഴലിലൂടെ കീർത്തനം വായിക്കുന്നു. അതിനു പക്കമേളമായി ഇടന്തലചെണ്ടകൊട്ടുകയും ചെയ്യുന്നു. ഇതാണ് കുഴൽ പറ്റിന്റെ രീതി. ഉത്സവകാലത്ത് 'എഴുന്നള്ളിപ്പി'നോടനുബന്ധിച്ച് വിവിധ താളങ്ങളിൽ ചെണ്ടമേളം പതിവുണ്ട്. പഞ്ചാരി, ചെമ്പട, ചമ്പ, അടന്ത, അഞ്ചടന്ത, ധ്രുവം എന്നീ താളങ്ങളിലാണ് മേളം അവതരിപ്പിച്ചുവരുന്നത്. കൂടാതെ 'പാണ്ടിമേള'വും പതിവുണ്ട്. ഈ മേളങ്ങളിൽ ചെണ്ട, വീക്കൻചെണ്ട, ഇലത്താളം, കൊമ്പ് എന്നിവയ്ക്കൊപ്പം കുറുംകുഴലും നിർബ്ബന്ധമാണ്. ഈ മേളങ്ങളിലെല്ലാം ചെണ്ടക്കാർക്ക് അഭിമുഖമായി, വരിയായി തന്നെ കുറുംകുഴലുകാർ നില്ക്കുന്നു.

ക്ലാസിക് കലകളുടെ വാദ്യസമുച്ചയത്തിൽ കുറുംകുഴലിനു കാര്യമായ സ്ഥാനം കാണുന്നില്ല. അപൂർവ്വമായി, ഇത് കൂടിയാട്ടത്തിൽ ഉപയോഗിക്കാറുണ്ട്. എന്നാൽ നാടൻകലകളിൽ ഇതുണ്ട്. കണ്യാർക്കളി, കുട്ടിച്ചാത്തനാട്ടം, കുത്തിയോട്ടം, ഉതിരക്കോലം, മലവായിത്തട്ടം, ബ്രാഹ്മണിപ്പാട്ട്, പൂരക്കളി, തെയ്യം, പടേനി തുടങ്ങിയ നാടൻകലകളിൽ മറ്റു വാദ്യങ്ങൾക്കൊപ്പം കുറുംകുഴലും ഉപയോഗിക്കുന്നു. തെയ്യത്തിൽ ഉപയോഗിക്കുന്ന 'കുഴലിന്' 'ചീനിക്കോൽ' എന്നാണു പറയുന്നത്. ഇത് മലയരുടെ അവകാശവാദ്യമാണ്.

ചീനിക്കുഴൽ

വളരെ അപൂർവ്വമായൊരു സുഷിരവാദ്യമാണ് ചീനിക്കുഴൽ. ഇതിനെ 'ചീനം' എന്നും വിളിക്കുന്നു. ആദിവാസികൾക്കിടയിൽ 'കൂളൽ', കൂവാൽ എന്നീ പേരുകളിലും മലബാറിലെ മാപ്പിളമാർക്കിടയിൽ 'ഷഹനായ്' (മാപ്പിളഷഹനായ്) എന്ന പേരിലും ഇതറിയപ്പെടുന്നു. ഇത് കുറുംകുഴലിനു സമാനമാണ്.

വളരെ പ്രാചീനമായ കൃതികളിൽ ചീനിക്കുഴലിനെക്കുറിച്ച് പറയുന്നതായി കാണുന്നില്ല. എന്നാൽ കാർത്തിക തിരുനാളിന്റെ *ബാലരാമഭരതത്തിൽ* 'രാഗതാളഗതങ്ങളായ' ഏറ്റുവാദ്യങ്ങളുടെ കൂട്ടത്തിൽ 'ചീനം' എന്നുപരാമർശിച്ചിരിക്കുന്നു.

മരം കൊണ്ടു നിർമ്മിച്ചതും ഉള്ളുപൊള്ളയായതും ആയ ഒരു കുഴലാണിത്. ഇതിന്റെ ഒരഗ്രഭാഗം കോളാമ്പിയുടെ വായ്ഭാഗം പോലെയിരിക്കും. മറ്റേ അഗ്രത്തിൽ ഒരുതരം പുല്ല് ഉപയോഗിക്കുന്നു. ഈ ഭാഗത്തു

കൂടിയാണ് ഊതുന്നത്. ചീനിക്കുഴലിന് ഒരേവരിയിലായി നാലോ അഞ്ചോ തുളകൾ ഉണ്ടായിരിക്കും. ഈ തുളകളിൽ ആവശ്യാനുസരണം വിരൽ വെച്ചാണ് വായിക്കുന്നത്.

ആദിവാസികൾക്കിടയിൽ 'കുവാൽ'/ചീനം ഉപയോഗിച്ചുവരുന്നു. മുഡുഗ്ഗർ (അട്ടപ്പാടി), മുതുവന്മാർ (ഇടുക്കി), എന്നിവർ രാത്രിയിൽ നടത്തുന്ന കുത്തുകൾക്ക് ഇതുപയോഗിക്കുന്നു. അടിയാളർ (വയനാട്) ഗദ്ദികക്കും കൂടിയാട്ടത്തിനും ചീനിക്കുഴൽ വിളിക്കുന്നു. കുറുമർ (വയനാട്), അവരുടെ 'കുറമർ കളി'ക്കും നായ്ക്കർ (വയനാട് നിലമ്പൂർ) അവരുടെ നായ്ക്കർ കളിക്കും കുറിച്യർ (വയനാട്) ഭഗവതിയാട്ടത്തിനും ചീനം ഉപയോഗിക്കാറുണ്ട്.

മലബാറിലെ മാപ്പിളമാർക്കിടയിൽ പ്രചാരത്തിലുള്ള 'ചീനിമുട്ട്' എന്ന വാദ്യകലയിൽ 'ചീനിക്കുഴൽ' പ്രധാനമാണ്. മുസ്ലീം പള്ളികളിലെ നേർച്ചയോടനുബന്ധിച്ചാണ് ചീനിമുട്ട് അവതരിപ്പിക്കുന്നത്. മലപ്പുറം, കൊണ്ടോട്ടി, വെട്ടത്തു പുതിയങ്ങാടി പള്ളികളിലെ നേർച്ചയോടനുബന്ധിച്ചുള്ള വരവിൽ 'ചീനിമുട്ട്' ഉണ്ട്. കാഞ്ഞിരമറ്റം, വടുതല തുടങ്ങിയ മുസ്ലീം പള്ളികളിലെ ചന്ദനക്കുടമഹോത്സാവത്തോടനുബന്ധിച്ചും ചീനിമുട്ട് അവതരിപ്പിച്ചുവരുന്നു. ഒറ്റ (ഒരുതരം ചെണ്ട), മുരശ് (ചെറിയ ചെണ്ട) എന്നിവയാണ് 'ചീനി'യോടൊപ്പമുള്ള വാദ്യങ്ങൾ.

പീക്കി

ആദിവാസികൾക്കിടയിൽ പ്രചാരത്തിലുള്ള ഒരുതരം കുഴൽ വാദ്യമാണ് 'പീക്കി.' ഇതിന് 'കോൾ', കൊകൽ എന്നീ പേരുകളുമുണ്ട്. ഇത് 'പാട്ടുകുഴൽ' ആണ്. പാട്ടിന് ശ്രുതിചേർത്തു വായിക്കുവാൻ കഴിയും.

അട്ടപ്പാടിയിലെ ഇരുളരുടെ പാട്ടുകുഴലാണ് 'പീക്കി'. ഇടുക്കിയിലെ മുതുവന്മാരും ഇതുപയോഗിക്കുന്നു. ആറുഭാഗങ്ങൾ ചേർന്നതാണ് പീക്കി. ഞാണപ്പുല്ല് (നറുക്ക്), കോഴിറാക്ക (കോഴിക്കൂവലിന്റെ തണ്ട്), ആനക്കാല് (കാന്താരിമുളകിന്റെ തണ്ട് ചെത്തിയുണ്ടാക്കുന്നത്), അള്ള് (പാലമരം ചെത്തിയുണ്ടാക്കുന്നത്), തണ്ട് (പാലമരം കൊണ്ടുണ്ടാക്കുന്നത്), കൊട്ട (പാലമരം കൊണ്ടുണ്ടാക്കുന്നത്), എന്നിവയാണവ എന്ന് എൻ എസ് രാജഗോപാൽ നിരീക്ഷിക്കുന്നു (രാജഗോപാലൻ, 2004: 87). തണ്ടിന് ഒരു ചാൺ നീളം വരും. കുഴലിന് ആറുകണ്ണുകൾ (തുളകൾ) ഉണ്ടായിരിക്കും. കൊട്ടയ്ക്ക് രണ്ടിഞ്ച് നീളവും പത്തിഞ്ച് വ്യാസവുമുണ്ടാകും. ഈ ആറു ഭാഗങ്ങളും ഒരു നൂലുകൊണ്ടു ബന്ധിച്ചിരിക്കുന്നതിനാൽ വീണു പോകില്ല. പുഴയോരത്തുള്ള ഒരുതരം പുല്ലാണ് ഞാണ(ഞാന) പുല്ല്. ഇത് ചുണ്ടിൽ വെച്ചു വായിക്കുന്നതിനുപയോഗിക്കുന്നു. പുല്ലുനനയുമ്പോഴാണ് ശബ്ദം ഉണ്ടാകുന്നത്. പാട്ടിന്റെ വരികളുടെ രീതിക്കൊത്ത് പീക്കി വായിക്കുന്നു.

പീക്കിയെക്കുറിച്ച് ചില മന്ത്രവാദവിശ്വാസങ്ങൾ നിലനില്ക്കുന്നതായി

എൽ എസ് രാജഗോപാൽ നിരീക്ഷിക്കുന്നു (രാജഗോപാൽ 2004:87). ദൈവ വിശ്വാസത്തോടുകൂടി വേണം പീക്കിവായിക്കാൻ. ആരെങ്കിലും ദുർമ്മന്ത്ര വാദം ചെയ്തിട്ടുണ്ടെങ്കിൽ പുല്ലു തൊണ്ടയിൽ കുടുങ്ങി വായിക്കാൻ കഴി യാതെ വരും എന്നാണ് വിശ്വാസം. എന്നാൽ ഇരുളർക്ക് ഇതു മനസ്സിലാ ക്കി മറുമന്ത്രം ചൊല്ലി, ദുർമ്മന്ത്രവാദം ഒഴിവാക്കിയശേഷമേ വായിക്കാറു ള്ളൂ.

അട്ടപ്പാടിയിലെ ഷോളയൂരിലെ വയലൂർ ഗ്രാമത്തിലെ കാര്യത്താർ കോവിലിലെ ഉത്സവത്തോടനുബന്ധിച്ചു നടത്തുന്ന 'ഏലേലം കരടി' എന്ന ഇരുളരുടെ നൃത്തരൂപത്തിന് അകമ്പടിയായി ഈ പാട്ടുകുഴൽ വായിക്കാ റുണ്ട്. കൂടാതെ ഇടുക്കി ജില്ലയിലെ മുതവന്മാർ, കൂത്തും മയിലാട്ടവും അവതരിപ്പിക്കുമ്പോഴും 'പീക്കി' വായിക്കുന്നു.

നാഗസ്വരം

തെന്നിന്ത്യയിൽ ഏറെ പ്രചാരത്തിലുള്ള സുഷിരവാദ്യമാണ് നാഗ സ്വരം. ഇതിനെ 'നാദസ്വരം' എന്നും വിളിക്കുന്നു. ഗാനങ്ങൾ വായിക്കാൻ കഴിയുന്ന കുഴലാണിത്. ഇതൊരു മംഗള വാദ്യമായിട്ടാണ് കരുതി വരു ന്നത്. നാഗപൂജ ചെയ്തിരുന്ന നാഗന്മാർ ഈ വാദ്യം ഉപയോഗിച്ചിരുന്ന തുകൊണ്ടാണ് ഇതിനുനാഗസ്വരമെന്ന പേരുണ്ടായത് (രവീന്ദ്രനാഥ് 1997:130).

പ്രാചീന തമിഴ് കൃതികളിൽ നാഗസ്വരത്തെ കുറിച്ചുള്ള പരാമർശം കാണുന്നു. കാർത്തികതിരുനാളും *ബാലരാമഭരത*ത്തിൽ ഇതിനെ സൂചി പ്പിക്കുന്നുണ്ട്.

നാഗസ്വരം

മരം കൊണ്ടു നിർമ്മിച്ചിട്ടുള്ള ഒരു നീണ്ട കുഴലാണ് 'നാഗസ്വരം.' ലോഹം കൊണ്ടുണ്ടാക്കിയ നാഗസ്വരങ്ങളും ഉപയോഗിക്കാറുണ്ട്. കല്ലു കൊണ്ടും നാഗസ്വരമുണ്ടാക്കിയിരുന്നതായി പറയപ്പെടുന്നു (രവീന്ദ്രനാഥ്. 1997:131). എന്നാൽ ഇത് താരതമ്യേന നീളം കുറഞ്ഞതാണ്. പൊതുവെ, നാഗസ്വരത്തിന് 75 സെ മി നീളം വരും. ഇതിന്റെ ഒരറ്റം വിസ്താരം കുറഞ്ഞിരിക്കും. ഇതിന് 'ഒരിക' അല്ലെങ്കിൽ 'ഓരിക്കൈ' എന്നു പറയുന്നു. ഇവിടെ ഒരു ലോഹത്തകിട് പിടിപ്പിച്ച് അതിനുള്ളിൽ 'ഞാണ'പുല്ല് ഘടിപ്പിക്കുന്നു. ഈ പുല്ലിനുള്ളിലൂടെ ഊതിയാണ് നാഗസ്വരം വായിക്കുന്നത്. വായിക്കുന്ന ഈ ഭാഗത്തുനിന്നും വിസ്താരം കൂടിക്കൂടിവന്ന്, മറുവശത്ത് ഒരു കോളാമ്പിയുടെ ആകൃതിയിലാകും. കുഴലിന് 12 തുളകൾ ഉണ്ടായിരിക്കുമെങ്കിലും ഏഴുതുളകളിലൂടെ മാത്രമേ സംഗീതം പ്രയോഗിക്കുകയുള്ളൂ. ബാക്കി തുളകൾ മെഴുകുകൊണ്ടടയ്ക്കുകയാണു ചെയ്യുന്നത്. ഊതുമ്പോൾ സൗകര്യപ്രദമായി. വിരലുകൾ കൊണ്ട് തുളകളടച്ചും തുറന്നും സ്വരങ്ങളെ ഉണ്ടാക്കുന്നു. തകിലാണ് നാഗസ്വരത്തിനൊപ്പം ഉപയോഗിക്കുന്ന വാദ്യം. ജാലറ(കുഴിത്താളം)യും പക്കവാദ്യമായി ഉപയോഗിക്കും.

കേരളത്തിൽ വിവാഹങ്ങൾക്ക് നാഗസ്വരം വായിക്കുന്ന സമ്പ്രദായമുണ്ട്. നാഗസ്വരത്തിൽ ശാസ്ത്രീയ ഗാനങ്ങൾ വായിച്ചുകൊണ്ട് 'നാഗസ്വര' കച്ചേരിയും പതിവുണ്ട്. ക്ഷേത്രങ്ങളിൽ പൂജാവേളയിൽ ഇതു വായിക്കുന്നതും കാണാം. കാവടിയാട്ടം, അമ്മൻകുടം, മയിലാട്ടം, എന്നീ നാടൻകലകളിൽ തകിലിനൊപ്പം നാഗസ്വരവും വായിക്കുന്നു.

ഒത്തു

നാഗസ്വരത്തിനു ശ്രുതിയായിട്ടുള്ള വാദ്യമാണ് 'ഒത്തു.' ഇതിന് 'ശ്രുതി' എന്ന പേരുമുണ്ട്. ആകൃതിയിൽ നാഗസ്വരത്തിനു സമാനമാണെങ്കിലും നീളത്തിൽ ഒരല്പം കുറവ് കാണുന്നു 'ഒത്തു' മരംകൊണ്ടു നിർമ്മിച്ചിട്ടുള്ള കുഴലാണ്. ഏകദേശം 50–60 സെ മി നീളം വരും. തുള ഉണ്ടാകുമെങ്കിലും സ്വരങ്ങൾ വായിക്കാൻ കഴിയുകയില്ല; അതായത് സ്വരങ്ങൾക്കുള്ള തുളകൾ ഇതിലില്ല എന്നർത്ഥം. ഊതുന്ന അറ്റത്ത് 'ഞാണ' പുല്ല് ഘടിപ്പിക്കുന്നു. ക്ഷേത്രങ്ങളിലെ പൂജാവേളയിലും നാഗസ്വരക്കച്ചേരിക്കും ശ്രുതിയായി ഉപയോഗിക്കുന്നു. തകിലും ഇലത്താളവും ഉണ്ടാകും.

കൊമ്പ്

കേരളത്തിൽ ഏറെ പ്രചാരത്തിലുള്ള ഒരു സുഷിരവാദ്യമാണ് 'കൊമ്പ്.' ഇതിന് ഒരൊറ്റ സുഷിരം മാത്രമേയുള്ളൂ. പൂർണ്ണമായും ഇതൊരു താളവാദ്യമാണ്. ഗീതങ്ങൾ വായിക്കാൻ ഇതിന് കഴിയില്ല. കുഴൽവിളിക്കു മാത്രമേ സാദ്ധ്യതയുള്ളൂ. ആനയുടെ ചിന്നം വിളിക്കനുസൃതമായി ഉണ്ടാക്കിയതാണ്. 'കൊമ്പ്' എന്നാണ് പഴമക്കാരുടെ മതം (ജോസഫ് 2007:20). പഞ്ചവാദ്യങ്ങളിൽ ഒന്നാണിത്.

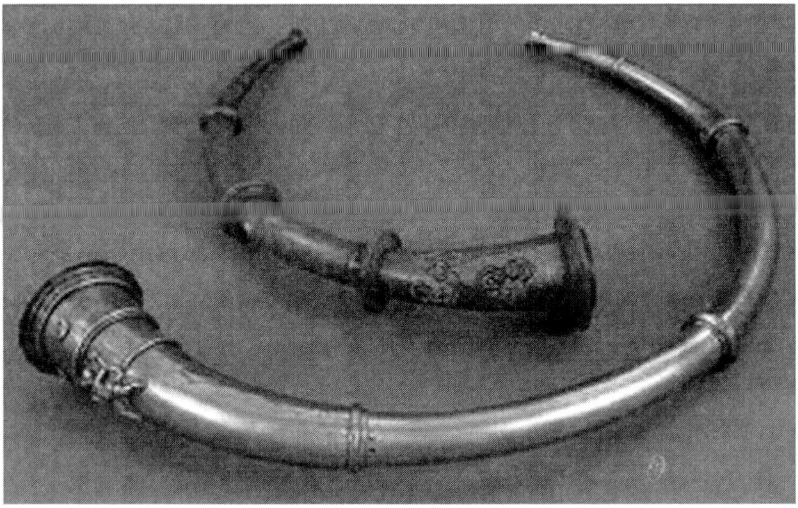

കൊമ്പ്

ക്ഷേത്രവാദ്യങ്ങളിൽ വരുന്ന ഒന്നാണ് 'കൊമ്പ്' എങ്കിലും പല സംഗീതകൃതികളിലും ഇതിനെ പരാമർശിക്കുന്നില്ല. എന്നാൽ കുഞ്ചൻനമ്പ്യാരുടെ തുള്ളൽ കൃതികളിൽ കൊമ്പിനെ പരാമർശിച്ചിട്ടുണ്ട്. 'പടഹം തുടി പറ കൊമ്പും കുഴലും' എന്നു *ഘോഷയാത്ര*യിലും. 'നമ്പൻ വേണം കൊമ്പു വിളിക്കാൻ..' എന്നു *നളചരിത*ത്തിലും അദ്ദേഹം പ്രയോഗിച്ചിട്ടുണ്ട്.

ഓടുകൊണ്ടു നിർമ്മിച്ചിട്ടുള്ള കൊമ്പിന്, അഴിച്ചെടുക്കാൻ കഴിയുന്ന മൂന്നു ഭാഗങ്ങളുണ്ട്. ഊത്തുമുറി, നടുമറി, കാളാഞ്ചി മുറി എന്നിങ്ങനെ. ഊത്തുമുറിയുടെ അറ്റത്ത് ചെറിയ ദ്വാരമുണ്ടായിരിക്കും. അവിടെ നിന്ന് തുടങ്ങി കാളാഞ്ചി മുറിയിലെത്തുമ്പോഴേക്കും ക്രമേണ വ്യാസം കൂടി വരും. ഈ മൂന്നു ഭാഗങ്ങളും ചേർത്തു വെക്കുമ്പോൾ 'റ' എന്ന ആകൃതി കിട്ടുന്നു. കാളാഞ്ചി മുറിയുടെ അറ്റത്തു നിന്നും ഒരു ചരട് ഊത്തുമുറിയുമായി ബന്ധിപ്പിക്കുന്ന ഇത് ഭംഗിക്കുവേണ്ടി മാത്രമുള്ളതല്ല, കാളാഞ്ചി മുറിഞ്ഞു വീണു പോകാതിരിക്കാനും കൂടിയുള്ളതാണ്.

ക്ഷേത്രങ്ങളിലെ അനുഷ്ഠാനവേളകളിൽ കൊമ്പ് കാര്യമായി ഉപയോഗിക്കുന്നില്ല. ദീപാരാധനാ സമയത്തുള്ള ചെണ്ടമേളത്തിൽ ചെണ്ട, ഇലത്താളം, കുറുംകുഴൽ എന്നിവക്കൊപ്പം കൊമ്പു വിളിക്കുന്ന രീതിയും കാണാം. ഉത്സവങ്ങളോടനുബന്ധിച്ചുള്ള ചെണ്ടമേളത്തിൽ ചെണ്ട, വീക്കൻ ചെണ്ട, ഇലത്താളം, കുറുംകുഴൽ എന്നിവയ്ക്കൊപ്പം കൊമ്പും ഉപയോഗിക്കുന്നു. അതുപോലെ ക്ഷേത്രവാദ്യകലയായ പഞ്ചവാദ്യത്തിൽ മദ്ദളം, തിമില, ഇടയ്ക്ക, ഇലത്തളം എന്നിവയുടെ കൂടെ കൊമ്പും വേണം. തിമിലയുടെ എണ്ണവും കൊമ്പിന്റെ എണ്ണവും തുല്യമായിരിക്കും. ക്ഷേത്രോത്സവങ്ങളിൽ 'കൊമ്പുപറ്റ്' പ്രത്യേകമായി അവതരിപ്പിച്ചുവരുന്നു.

ഭൂരി

തികച്ചും രാജകീയമായിരുന്ന ഒരു സുഷിരവാദ്യമാണ് 'ഭൂരി' (ബൂരി). കൊട്ടാരത്തിൽ നിന്നും രാജാവ് പുറപ്പെടുന്നു എന്ന് ജനങ്ങളെ അറിയിക്കുന്നതിന് വേണ്ടിയാണ് 'ഭൂരി' വിളിക്കുക. ഇത് താളവാദ്യമോ രാഗവാദ്യമോ അല്ല. ഇതിൽ രാഗങ്ങളോ ഗീതങ്ങളോ ആലപിക്കാൻ കഴിയുകയില്ല.

ഓടുകൊണ്ടുണ്ടാക്കിയ ഇതിന് നീളം 1 മീറ്റർ ഉണ്ടാകും. ഊതുന്ന ഭാഗത്തുനിന്നും വ്യാസം കൂടിക്കൂടിവന്ന്, മറ്റേ അറ്റത്തെത്തുമ്പോഴേക്കും വ്യാസം വലുതാകുന്നു. ഊതുമ്പോൾ വലിയ ശബ്ദം ഉണ്ടാകുന്നു. അതിനാൽ ദൂരെയുള്ള ജനങ്ങൾക്ക് അറിയിപ്പു നല്കാൻ സാധിക്കും. കുഴലിന്റെ മുകളിലേക്കു കാണുന്ന ഭാഗം ഇല്ലാത്ത ഭൂരിയും നിലനിന്നിരുന്നു. ഇന്ന് പ്രയോഗത്തിലില്ലാത്ത ഉപകരണമാണിത്.

ശംഖ്

ദിവ്യത്വം കല്പിച്ചു പോരുന്ന ഒരു സുഷിരവാദ്യമാണ് 'ശംഖ്.' ഇത് കടലിൽ നിന്നും ലഭിക്കുന്നതാണ്. വിശുദ്ധിയുടെ ചിഹ്നമായി ശംഖുനാദത്തെ കാണുന്നു. ശംഖുവിളിക്കുന്നതും മംഗള സൂചകമാണ്. മഹാലക്ഷ്മിയുടെ സാന്നിദ്ധ്യം ശംഖിലുണ്ടെന്നാണ് ഹൈന്ദവവിശ്വാസം. മഹാവിഷ്ണുവിന്റെ നിവാസസ്ഥാനമാണ് ശംഖെന്ന വിശ്വാസവും നിലനില്ക്കുന്നുണ്ട്. വിഷ്ണുവിന്റെ അവതാരമായ ശ്രീകൃഷ്ണൻ പാഞ്ചജന്യം എന്ന ശംഖാണ് വിളിച്ചിരുന്നത്.

'ശംഖ്' രണ്ടുവിധത്തിലുണ്ട്. വലംപിരി ശംഖ്, ഇടംപിരിശംഖ് എന്നിങ്ങനെ. വലംപിരിശംഖിനാണ് ദിവ്യത്വം കല്പിച്ചിട്ടുള്ളത്. ഇത് അപൂർവ്വമാണ്. ഇടം പിരിശംഖ്, സുഷിരവാദ്യമായി ഉപയോഗിക്കുന്നു.

ക്ഷേത്രങ്ങളിൽ വലംപിരിശംഖിനാണ് പ്രാധാന്യം. ഭക്തജനങ്ങൾക്ക് തീർത്ഥം നല്കുന്നതിന് ഇതാണുപയോഗിക്കുന്നത്. മഹാവിഷ്ണുവിന് അഭിഷേകം, വലംപിരിശംഖിലൂടെയാണ് നിർവ്വഹിക്കുന്നത്. അമൂല്യരത്ന സമാനമാണിത്. ഈ ശംഖ് കൈവശമുള്ളവർക്ക് ധനവും ദീർഘായുസ്സും കീർത്തിയും ഉണ്ടാകുമെന്നാണ് വിശ്വാസം. വീടുകളിലെ പൂജാമുറിയിൽ വലംപിരിശംഖ് സൂക്ഷിക്കുന്നതും നിത്യവും ദർശനം നടത്തുന്നതും ശുഭദായകമായി കരുതി വരുന്നു.

ഇടംപിരിശംഖിന്റെ സുഷിരത്തിലൂടെ ഊതിയാണ് 'ശംഖ് വിളിക്കുന്നത്.' ഇത് മംഗള സൂചകമാണ്. ക്ഷേത്രങ്ങളിൽ അതിരാവിലെ നടതുറക്കുന്നത് ശംഖു വിളിച്ചുകൊണ്ടാണ്. കൂടാതെ ക്ഷേത്രങ്ങളിൽ പൂജാവേളകളിലും സന്ധ്യാസമയത്തുള്ള ദീപാരാധനയ്ക്കുമുമ്പും ശംഖു വിളിക്കുന്ന രീതി കാണാം. സമുദ്രത്തിൽനിന്നും ഏറ്റവും കൂടുതൽ ലഭിക്കുന്നത് ഇടംപിരിശംഖാണ്. പല വലുപ്പത്തിലുള്ള ശംഖുകൾ ലഭ്യമാണെങ്കിലും ഊതാൻ ഉപയോഗിക്കുന്നത് വലിയ ശംഖാണ്.

കേരളീയ വാദ്യകലകളിൽ പ്രധാനപ്പെട്ട പഞ്ചവാദ്യത്തിന്റെ തുടക്കത്തിലും ഒടുക്കത്തിലും ശംഖുവിളിക്കുന്നു. [illegible] ക്ലാസിക് കലകളായ കൂടിയാട്ടത്തിന്റെയും കഥകളിയുടെയും ആരംഭത്തിൽ ശംഖുവിളിക്കാറുണ്ട്. കഥകളിയിൽ മഹാവിഷ്ണുവിന്റെ വിശ്വരൂപം അരങ്ങിൽ കാണിക്കേണ്ടിവരുമ്പോൾ ശംഖു വിളിക്കുന്നു.

മണ്ണുകൊണ്ട് നിർമ്മിച്ച മൺശംഖ്, പവിഴത്തിന്റെ പവിഴശംഖ് എന്നിവയും അപൂർവ്വമായി ഇവിടെ ഉണ്ടായിരുന്നു.

മകുടി

ഒരു നാടൻ സുഷിരവാദ്യോപകരണമാണ് മകുടി. ഇതിനെ മകടി, മകിടി എന്നൊക്കെ പറഞ്ഞുവരുന്നു. പാമ്പാട്ടികളാണ് ഇതുപയോഗിക്കുന്നത്. ഇതിന് പാമ്പുകളെ വശീകരിക്കാനുള്ള ശബ്ദവിശേഷമുണ്ടെന്നാണ് കരുതുന്നത്. കർണ്ണാടക സംഗീതത്തിലെ പുന്നഗവരാളി രാഗം മാത്രമേ മകുടിയിൽ വായിക്കാൻ കഴിയുകയുള്ളൂ എന്നൊരു നിരീക്ഷണം കാണുന്നു (ജോസഫ്; 2007:78).

അണ്ഡാകൃതിയിലുള്ള ചുരയ്ക്കാ കുടമോ, ഉള്ളു പൊള്ളയായ നാളികേരമോ ഉപയോഗിച്ചാണ് 'മകുടി' കനമുള്ള ഭാഗം ഉണ്ടാക്കുന്നത്. ഇതിൽ രണ്ടു കുഴലുകൾ ഘടിപ്പിച്ചിരിക്കുന്നു. ഒന്നിൽ 6 തുളകളും മറ്റേതിൽ ഒരു തുളയും. ആറു തുളകളുള്ള കുഴലിൽ കൈവിരലുകൾ കൊണ്ട് അടച്ചുപിടിച്ചാണ്, ഊതുമ്പോൾ ശബ്ദനിയന്ത്രണം വരുത്തുന്നത്. രണ്ടാമത്തെ കുഴൽ ശ്രുതിക്കുവേണ്ടിയുള്ളതാണ്.

കേരളീയ സംഗീതത്തിലോ കലകളിലോ മകുടി ഉപയോഗിക്കുന്നില്ല.

ഗ്രന്ഥസൂചി

1. ജനാർദ്ദനൻ പുതുശ്ശേരി 2008, *നാട്ടുവാദ്യങ്ങളും നാടൻ കലകളും,* കേരള ഭാഷാ ഇൻസ്റ്റിറ്റ്യൂട്ട് തിരുവനന്തപുരം.
2. ജോസഫ് വി ഫെർണാണ്ടസ്, 2007, *വാദ്യകലാവിജ്ഞാനീയം,* ബുക് മാർക്ക്, തിരുവനന്തപുരം.
3. നാരായണപിഷാരോടി കെ പി 1987, *ഭരതമുനിയുടെ നാട്യശാസ്ത്രം വാല്യം I & II.*
4. പ്രകാശൻ പഴമ്പാലക്കോട്, 2005: *ഇടയ്ക്ക അക്ഷരങ്ങളിൽ,* കേരള ഭാഷാ ഇൻസ്റ്റിറ്റ്യൂട്ട്, തിരുവനന്തപുരം.
5. മാധവൻ നായർ വി മാലി, 1989, *കേരളീയ സംഗീതം,* നാഷണൽ ബുക്സ്റ്റാൾ, കോട്ടയം.
6. രവിവർമ്മ തമ്പുരാൻ, സനൽവർമ്മ, 2010, *കേരളത്തിലെ സംഗീതോപകരണങ്ങൾ,* അന്താരാഷ്ട്ര പഠനകേന്ദ്രം കേരളസർവ്വകലാശാല, കാര്യവട്ടം തിരുവനന്തപുരം.
7. രവീന്ദ്രനാഥ്. 1997, *ദക്ഷിണേന്ത്യൻ സംഗീതം,* സാംസ്കാരിക പ്രസിദ്ധീകരണവകുപ്പ്, കേരള സർക്കാർ, തിരുവനന്തപുരം.
8. രാജഗോപാൽ എൽ എസ് 2008, *ഊണവും താളവും,* കേരള കലാമണ്ഡലം കല്പിത സർവ്വകലാശാല, ചെറുതുരുത്തി.
9. വിശ്വനാഥൻ നായർ പി നെന്മാറ 1989, *ചിലപ്പതികാരവ്യാഖ്യാനം,* കേരള സാഹിത്യ അക്കാദമി തൃശൂർ.
10. വിഷ്ണുനമ്പൂതിരി എം വി 2000: *ഫോക്‌ലോർ നിഘണ്ടു,* കേരള ഭാഷാ ഇൻസ്റ്റിറ്റ്യൂട്ട് തിരുവനന്തപുരം.
11. വെങ്കിട സുബ്രഹ്മണ്യയ്യർ, 1990; *സംഗീതശാസ്ത്രപ്രവേശിക,*

12. ശശിധരൻ ക്ലാരി: 2012: കേരളീയ കലാനിഘണ്ടു, ഒലീവ്, കോഴിക്കോട്

13. ശശിധരൻ ക്ലാരി 2012: *കേരളത്തിലെ നാടൻ കലകൾ*, ചിന്തപബ്ലിഷേഴ്സ്, തിരുവനന്തപുരം.

14. ഹരിഗോവിന്ദൻ ഞെരളത്ത് 2005: *കേരള സംഗീതം കേട്ടതും കേൾക്കേണ്ടതും*, കേരള സാഹിത്യ അക്കാദമി തൃശൂർ.